स्वतःवर विश्वास ठेवा

डॉ. जोसेफ मर्फी

अनुवाद : रवींद्र भयवाल

MANJUL

मंजुल पब्लिशिंग हाउस

MANJUL

मंजुल पब्लिशिंग हाउस

व्यावसायिक आणि संपादकीय कार्यालय

दुसरा मजला, उषा प्रीत कॉम्प्लेक्स, 42 मालवीय नगर, भोपाळ – 462 003

विक्री आणि विपणन कार्यालय

सी-16 सेक्टर 3, नोएडा, उत्तर प्रदेश – 201301, भारत

www.manjulindia.com

वितरण केंद्रे

अहमदाबाद, बेंगलुरू, कोची, कोलकाता, चेन्नई,
हैदराबाद, मुंबई, नवी दिल्ली, पुणे

डॉ. जोसेफ मर्फी लिखित *बिलीव्ह इन युअरसेल्फ*
या मूळ इंग्रजी पुस्तकाचा मराठी अनुवाद
Believe in Yourself - Marathi Edition

प्रथम मराठी आवृत्ती 2018 साली प्रथम प्रकाशित
प्रस्तुत बारावी आवृत्ती 2026 साली प्रकाशित

ISBN : 978-81-8322-637-0

मराठी अनुवाद : रवींद्र भयवाल

मुद्रण व बाइंडिंग : मणिपाल टेक्नॉलॉजीज लिमिटेड, मणिपाल

स्वतःवर विश्वास ठेवा

अनुक्रम

प्रकरण एक

तुमची स्वप्नं सत्यात उतरवा

एका प्रथितयश उद्योजकानं त्याची यशोगाथा मला सांगितली. त्यानं त्याच्या कामाची सुरुवात एका छोट्याशा दुकानातून केली होती. तो उद्योजक मला म्हणाला की, संपूर्ण देशभर शाखांचं जाळं विस्तारलेल्या एका गोठ्या कंपनीचं स्वप्न तो नेहमी पाहत असे. तो नियमितपणे आणि पद्धतशीरपणे कंपनीच्या मोठाल्या इमारतींची चित्रं त्याच्या मनात रेखाटायचा. ती चित्रं कार्यालयांची, कारखान्यांची आणि दुकानांची असायची. कल्पनाशक्तीच्या बळावर आपली सर्व स्वप्नं प्रत्यक्षात उतरू शकतात हे त्या उद्योजकाला माहीत होतं.

त्या उद्योजकाला कल्पनाशक्तीमुळे यश मिळायला लागलं; त्याला 'वैश्विक आकर्षणाच्या नियमा'चं ('लॉ ऑफ अॅट्रॅक्शन'चं) ज्ञान होतं. आपली स्वप्नं सत्यात उतरवण्यासाठी लागणाऱ्या साऱ्या गोष्टी - कल्पना, मनुष्यबळ, मित्र, पैसा, सर्व काही - स्वतःकडे आकर्षून घ्यायला त्यानं सुरुवात केली; कल्पनाशक्ती पुरेपूर वापरली आणि विकसितही केली. हव्या असलेल्या गोष्टींचे आकृतिबंध तो त्याच्या मनःपटलावर निश्चित करत गेला आणि बघता-बघता त्याची सर्व स्वप्नं सत्यात उतरायला लागली.

त्या उद्योजकाचं एक वाक्य मला खूपच भावलं- 'मी अपयशी झालोय' अशी कल्पना माणूस करू शकतो, तशीच 'मी यशस्वी झालोय' अशीही कल्पना करू शकतो. अपयशी बनण्याची कल्पना करणं जितकं सहजसोपं आहे, तितकंच सोपं आहे यशस्वी झाल्याची कल्पना करणं; पण होऽ यशस्वी झाल्याची कल्पना करणं नक्कीच रंगतदार आहे बरं!''

प्रत्येक मनुष्याचं मन कोणतं-ना-कोणतं स्वप्न पाहतच असतं. त्याच्या मनात दृष्टान्त, प्रतिमा आणि आदर्श असतात. मनातल्या प्रतिमांना प्रतिसाद देणारी एक रचनात्मक शक्ती आहे. आपल्या मनःप्रतिमा याच आपल्या भावना बनतात. भावनांमधूनच आपल्या जाणिवा निर्माण होतात. मनोविज्ञानाचे गुरू थॉमस ट्रॉवर्ड म्हणतात, 'भावना हाच नियम आणि नियम हीच भावना. भावना हा शक्तीचा स्रोत आहे. त्यामुळे एखादी गोष्ट प्राप्त करायची असली, तर आपल्या भावना समृद्ध असायला हव्यात.'

बायबलमध्ये म्हटलं आहे, 'जोसेफला एक स्वप्न पडलं. त्यानं ते त्याच्या परिवाराला सांगितलं, तेव्हा परिवारातल्या कुणालाच ते अजिबात आवडलं नाही.' या वाक्यात एक सखोल अर्थ दडलाय. जोसेफ हे आपल्या अंतर्मनाचं, तर जोसेफचा परिवार हे त्याला विरोध करणाऱ्या गोष्टींचं प्रतीक आहे. बऱ्याचदा अनेक कुटुंबांत एखादा मनुष्य महान कार्य करण्याचं स्वप्न पाहतो, पण त्याचे भाऊ मात्र ईर्ष्येपोटी त्याला म्हणतात, 'तुला हे मुळीच जमणार नाही. हे तुझं काम नाही.'

अंतर्मनात अनेक मोठमोठ्या स्वप्नांबरोबरच नानाविध कल्पना आणि भावना सहजपणे निर्माण होत असतात; पण आपलेच अन्य नकारात्मक विचार, आपल्या दुर्भावना, शंकाकुशंका यांमुळे आपली कितीतरी स्वप्नं अर्धवट राहतात. कदाचित हे वाचत असताना

तुमच्याही मनात एखादं स्वप्न असेल, एखादं ध्येय असेल, एखादी योजना वा एखादं उद्दिष्ट असेल. तुमच्या मनातील संकुचित विचार, नकारात्मक भावना, चुकीच्या धारणा ही जणू तुमची भावंडं बनून तुम्हांला आव्हान देतात; तुमच्या स्वप्नांना कमी लेखतात; आणि तुम्हांला म्हणतात की, तू हे करूच शकणार नाहीस, हे अशक्य आहे. विसरून जा ते! वडिलोपार्जित संपत्तीसाठी भावंडांचा परस्परांमध्ये वादविवाद, भांडणतंटा व्हावा; तसाच परस्परविरोधी विचारांचा संघर्ष जणू तुमच्या मनात पेटतो. एकानं दुसऱ्याचा पाय खेचावा, तसा एक नकारात्मक विचार तुमच्या स्वप्नांना खाली खेचू लागतो.

कदाचित आणखी कसलेतरी विचार तुमच्या मनात येतात आणि तुमच्या योजनेला किंवा आकांक्षेला नाक मुरडतात. तुम्हांला आढळतं की, तुमच्या मनात तुमचा स्वकीयांशीच लढा सुरू आहे – जबर विरोध होतो आहे. मनातल्या या विरोधावर मात करण्याचा उपाय हा की, केवळ तुम्हांला काय दिसतं वा ऐकू येतं यावरून, म्हणजेच वस्तूंच्या निवळ दर्शनावरून तुमचं मन हटवायचं. त्याऐवजी तुमचं ध्येय अगर उद्दिष्ट डोळ्यांसमोर ठेवून स्पष्टपणे विचार करायला सुरुवात करायची. तुमचं मन जेव्हा तुमच्या ध्येयावर किंवा उद्दिष्टावर केंद्रित झालेलं असतं, तेव्हा तुम्ही मनाचा एक रचनात्मक नियम वापरता – 'हेही दिवस निघून जातील.'

मोठी स्वप्नं पाहा, नेहमी उच्च ध्येय डोळ्यांसमोर ठेवा. ध्येयप्राप्तीच्या ध्यासानं झपाटून जा. आपल्या ध्येयाचं गुणगान करा. सर्व लक्ष केवळ ध्येयावरच केंद्रित करा. ध्येयावर जिवापाड प्रेम करा. केवळ ध्येयालाच वाहून घ्या. मग भीती आपोआप गळून पडेल. आता तुमची मानसिक अवस्था इतकी उच्च असेल की, या अवस्थेसमोर सर्व भयं नतमस्तक होतील.

केवळ कल्पनाशक्तीचा रचनात्मक वापर करून तुम्ही हवं ते प्राप्त करू शकता, कुठल्याही प्रसंगावर वा परिस्थितीवर नियंत्रण मिळवू शकता. तुमची कुठलीही इच्छा, आकांक्षा अथवा कल्पना तुम्हांला वास्तवात आणायची असेल; तर ती पूर्ण झाल्याचं चित्र तुमच्या मनात रेखाटा; तुमच्या इच्छेच्या पूर्णत्वाची सतत कल्पना करत राहा. या प्रकारे तुम्ही त्या इच्छेला वास्तव बनायला खरोखरीच भाग पाडाल. लक्षात घ्या... तुम्ही एखादं स्वप्न पूर्ण झाल्याची कल्पना करता, ते तुमच्या मनःपटलावर आधीच पूर्ण झालेलं असतं. तुम्ही तुमच्या ध्येयाशी एकनिष्ठ असाल, तर एक दिवस ते नक्कीच साध्य होईल. तुमच्या मनःपटलावर तुम्ही जे बिंबवत राहाल, तेच तुमच्यातला प्रमुख रचनाकार वास्तवपटलावर उमटवत राहील.

बायबलमध्ये 'जोसेफ' या शब्दाचा अर्थ होतो 'कल्पनाशक्ती'. कल्पनाशक्ती ही नानारंगी, नानाढंगी असते. तुमचा एखादा गरीब मित्र ऐश्वर्यात लोळतो आहे अशी कल्पना तुम्ही करू शकता. आनंदानं उजळलेला त्याचा चेहरा, त्याच्या मुखावर झळकलेलं प्रसन्न स्मित तुम्ही पाहू शकता. तुम्हांला त्याच्याकडून जे ऐकायचंय, ते तुम्ही त्याच्याकडून कल्पनेत ऐकू शकता. तुम्ही त्याला जसं बघू इच्छिता, अगदी तसंच तुम्ही त्याला कल्पू शकता - म्हणजे प्रसन्न, आनंदी, समृद्ध आणि यशस्वीसुद्धा. तुमची कल्पनाशक्ती हे विविधरंगी वस्त्र आहे, त्याचं आच्छादन पसरून तुम्ही कुठलीही कल्पना वा इच्छा वास्तव बनवू शकता. अभावाऐवजी समृद्धीची, कलहाऐवजी शांततेची आणि आजारांऐवजी आरोग्याची कल्पना करू शकता.

कल्पनाशक्ती ही आपली अंगभूत क्षमता आहे. ती इतर कोणत्याही शक्तीच्या किंवा जाणिवेच्या अगोदर येते. तुमच्याकडे बारा क्षमता किंवा भावंडं आहेत, पण शिस्तबद्ध कल्पनाशक्ती

तुम्हांला स्थळकाळाच्या आणि इतर मर्यादांच्या पल्याड जायला मदत करते. तुम्ही कल्पनाशक्तीचा उपयोग ईश्वरप्राप्तीसाठी केलात, तर तुमची आध्यात्मिक उन्नती निरंतरपणे होईल. 'कल्पना' हे आध्यात्मिक उन्नतीच्या प्रवासातलं एक प्रभावी साधन आहे हेही तुम्हांला जाणवेल.

बायबलमध्ये एक खूपच वेगळ्या अर्थाचं वचन आहे. ते असं – 'जोसेफ इजिप्तमध्ये विकला गेला.' आता या वाक्याचा नेमका अर्थ काय बरं? इथं दोन गोष्टी समजून घ्यायला हव्यात.

जोसेफ म्हणजे कल्पना.

इजिप्त म्हणजे अंतर्मन.

'जोसेफ इजिप्तमध्ये विकला गेला' या वाक्याचा प्रतीकात्मक अर्थ आहे, 'कोणतीही कल्पना तेव्हाच बाह्यजगात आकाराला येते, जेव्हा ती आधी अंतर्मनात स्पष्ट असते.'

बायबलमधलं आणखी एक आगळंवेगळं वचन म्हणजे, '**इजिप्तमधून मी माझ्या मुलाला बोलावून आणलं.**' याचा अर्थ, इजिप्त म्हणजे अंतर्मन असून 'कल्पना' हे मूल (जोसेफ) आहे. अंतर्मनाच्या प्रांतातून जेव्हा कल्पनेला आवाहन केलं जातं; तेव्हा निर्मितीची, सर्जनाची आणि यशःप्राप्तीची प्रक्रिया सुरू होते. जोसेफ इजिप्तचा अधिपती आहे म्हणजेच अंतर्मनाच्या प्रांतावर कल्पनाशक्तीचं आधिपत्य असतं. भय, अनारोग्य, अभाव यांच्यामध्ये किंवा आणखी कुठल्याही मर्यादांच्या तुरुंगात तुम्ही अडकून पडलेला असलात; तरी लक्षात ठेवा की, या तुरुंगातून तुमची मुक्तता करू शकेल असा एकच तुरुंगाधिकारी आहे – 'कल्पना'. केवळ कल्पनाशक्तीच्या आधारे तुम्ही स्वतंत्र, मुक्त, उन्नत आणि समृद्ध आयुष्य जगू शकता. नकारात्मकतेच्या कैदेतून बाहेर पडू शकता.

क्षणभर असं समजा की, एक नावाजलेला, हुशार वास्तुविशारद आहे. तो एक सुंदर, आधुनिक, विसाव्या शतकाचं शहर मनामध्ये उभारू शकतो – अगदी महामार्ग, तरणतलाव, मत्स्यालयं, उद्यानं अशा अनेक सुविधांसह. कुणी कधी पाहिला नसेल, इतका सुंदर महाल तो त्याच्या मनात उभा करू शकतो. बांधकामाचे आराखडे बनण्याच्या अगोदरच ती इमारत पूर्ण उभी असलेली तो आपल्या मनश्चक्षूंसमोर पाहू शकतो. आता सांगाऽ ही इमारत कुठं होती? तर केवळ त्याच्या कल्पनेत.

कल्पनाशक्तीद्वारे तुम्ही मैलांवर असणाऱ्या तुमच्या आईचा आवाज ऐकू शकता. ती जणू तुमच्यासमोर उपस्थित आहे इतक्या स्पष्टपणे आणि ठळकपणे तुम्ही तिला बघू शकता. ही एक अद्भुत शक्ती तुमच्याकडं आहे. यशस्वी आणि श्रीमंत बनण्यासाठी तुम्ही ही शक्ती विकसित करू शकता.

तुम्ही एखाद्या विक्री–व्यवस्थापकाला असं म्हणताना ऐकलं असेल की, अमुक एका कर्मचाऱ्याला कामावरून कमी करायला हवं, कारण त्याची मनोवृत्ती चुकीची आहे. व्यवसाय जगताला योग्य मनोवृत्तीचं महत्त्व माहीत असतं.

कित्येक वर्षांपूर्वी पुनर्जन्मासंबंधी माझा एक लहानसा लेख छापला गेल्याचं मला स्मरतं. ज्या चर्चमध्ये माझी व्याख्यानं होत, तिथल्या पुस्तकांच्या दुकानात या लेखाच्या पुस्तिका मांडलेल्या होत्या. आरंभी थोड्याच पुस्तिका विकल्या गेल्या, कारण तिथल्या विक्रेत्या मुलीला लेखातले विचार अजिबात पटलेले नव्हते.

मी तिला पुनर्जन्माचा बायबलमधला अर्थ समजावून सांगितला. ती कल्पना कशी जन्माला आली आणि ती नेमकी काय आहे तेही समजावून सांगितलं. मग तिला या गोष्टीचा अर्थ उमगला

आणि त्या पुस्तिकेच्या विक्रीविषयी ती उत्साही बनली; माझी व्याख्यानमाला पूर्ण होण्यापूर्वीच साऱ्या पुस्तिका विकल्या गेल्या. योग्य मनोवृत्तीच्या महत्त्वाचं हे एक उदाहरण आहे.

तुमची मनोवृत्ती म्हणजे इतर लोक, घटना, परिस्थिती आणि सभोवतालच्या वस्तू यांवरची तुमची प्रतिक्रिया. तुमचे तुमच्या सहकाऱ्यांशी कसे संबंध आहेत? लोकांशी, प्राण्यांशी आणि एकंदरीतच विश्वाशी तुम्ही सौहार्दानं वागता का? की जग तुमचं शत्रू आहे असं तुम्हांला वाटतं? तुमच्या जीवनाची काळजी जगानं वाहायला हवी अशी तुमची धारणा आहे? थोडक्यात, तुमची मनोवृत्ती कशी आहे?

वर उल्लेखलेल्या मुलीची मानसिक प्रतिक्रिया मनात खोलवर रुजलेल्या पूर्वग्रहानं दूषित होती. पुस्तकं विकण्याच्या कामात ही वृत्ती चुकीची होती; पुस्ताकाबद्दल आणि लेखकाविषयी तिच्या धारणा ठाम होत्या.

तुमच्या मनाच्या संमतीशिवाय बाहेरचं काहीच तुम्हांला छळू शकत नाही अथवा दुखवू शकत नाही हे ध्यानात घेतलं म्हणजे योग्य मनोवृत्ती घडवता येते. तुमच्या दुनियेत केवळ तुमचाच विचार चालतो; परिणामतः तुमच्या मानसिक अनुमतीशिवाय तुम्हांला कुणीच संताप, दुःख वा शोक देऊ शकत नाही. बाहेरून मिळणाऱ्या सूचनांमध्ये काहीच शक्ती नसते, पण तुम्हीच त्यांना तुमच्या विचारांवर नकारात्मक प्रभाव टाकू देता. तुम्हीच तुमच्या विचारविश्वाचे स्वामी आहात याची जाणीव असू द्या. विचारांमागून भावना येतात. तुम्ही इतरांकडून सहज प्रभावित होता का? वृत्तपत्रांतले मथळे वाचून, गप्पा ऐकून किंवा इतरांची टीका ऐकून तुम्ही चिंतीत किंवा निराश होता का? जर तुम्ही असं होऊ देत असाल, तर तुमच्या मनोवस्थेचं

कारण तुम्ही स्वतःच आहात हे मान्य करायला हवं. तुमची वृत्ती चुकीची आहे.

तुम्ही इतरांचं वाईट चिंतता का? तसं असेल, तर तुमच्या मनात खोलवर निर्माण होणाऱ्या भावनेकडे लक्ष द्या; ती नकारात्मक आहे, तुमच्या आरोग्याचा आणि सुखाचा नाश करणारी आहे. परिस्थिती तुमच्यावर तितकाच परिणाम करू शकते, जितकी तुम्ही अनुमती द्याल. जीवन आणि इतर गोष्टींविषयीची तुमची वृत्ती तुम्ही स्वेच्छेनं आणि खातरीनं बदलू शकता. तुम्हीच तुमच्या नियतीचे स्वामी आणि आत्म्याचे (अंतर्मनाचे) कप्तान बनू शकता. शिस्तबद्ध, एकदिश आणि नियंत्रित कल्पनाशक्ती वापरून तुम्ही तुमच्या भावनेला आणि एकंदरीत मनोवृत्तीला कह्यात ठेवू शकता आणि त्यांचे स्वामी बनू शकता.

उदाहरणार्थ, समोरची व्यक्ती हलकट, अप्रामाणिक आणि मत्सरी असल्याची कल्पना केल्यावर तुमच्या मनात कोणती भावना जागी होते ते पाहा. आता त्याच्या उलट कल्पना करा. तीच व्यक्ती प्रामाणिक, सच्ची, प्रेमळ आणि दयाळू आहे अशी कल्पना करा; त्यावर तुमची प्रतिक्रिया कशी होते ते पाहा. याचाच अर्थ तुम्ही स्वतःच्या मनोवृत्तीचे स्वामी आहात.

वस्तुतः, या साऱ्यातलं सत्य हे आहे की, तुमच्या मनातली ईश्वराविषयीची संकल्पना ही एकंदर जीवनाविषयी तुमची वृत्ती निश्चित करते. तुमच्या मनातली ईश्वराविषयीची धारणा हीच तुमची जीवनविषयक धारणा आहे; कारण ईश्वर हेच जीवन. ईश्वर ही तुमच्या विचारांना प्रतिसाद देणारी आध्यात्मिक शक्ती आहे आणि तुमचे विचार नेहमी रचनात्मक आणि सौहार्दाचे असल्यानं ही शक्ती तुम्हांला सर्व प्रकारे मार्गदर्शन करते आणि तुमची भरभराट घडवते ही जर तुमची पक्की धारणा असेल, तर या मनोवृत्तीचा रंग प्रत्येक गोष्टीवर चढेल.

सकारात्मक, होकारार्थी मनोवृत्तीतून तुम्ही जगाकडे पाहू लागाल. तुमचा दृष्टिकोण सकारात्मक बनेल, शिवाय सर्वोत्तम तेच तुमच्या वाट्याला येण्याची सुखद अपेक्षा तुम्ही नेहमी ठेवाल.

अनेक लोकांचा जीवनविषयक दृष्टिकोण काळवंडलेला, नैराश्यपूर्ण असतो. ते कडवट, निराशाग्रस्त आणि भांडखोर असतात. याचं कारण त्यांची नकारात्मक मनोवृत्ती – ती त्यांची प्रत्येक प्रतिक्रिया नकारात्मक बनवते.

माध्यमिक शाळेत शिकणारा सोळा वर्षांचा एक किशोर मला म्हणाला, ''मला फार कमी गुण मिळतात. माझी स्मरणशक्ती काम करत नाही. असं का होतं हे मला समजत नाही.'' या ठिकाणी एकच गोष्ट चुकीची होती आणि ती म्हणजे त्याची मनोवृत्ती. मग त्यानं एक नवी वृत्ती अंगीकारली. विधी महाविद्यालयात प्रवेश मिळवण्यासाठी त्याचा सध्याचा अभ्यासही महत्त्वाचा आहे हे त्यानं लक्षात घेतलं. तो शास्त्रोक्त पद्धतीनं प्रार्थना करायला लागला. मानसिकता बदलण्याचा हा सर्वांत जलद मार्ग आहे.

शास्त्रोक्त प्रार्थनेत विचारांना प्रतिसाद देणारं एक तत्त्व आपण वापरतो. या युवकाला आढळलं की, त्याच्यामध्ये एक आत्मिक शक्ती होती. खरं तर हा सारा निवळ कार्यकारणभाव होता. त्याची स्मरणशक्ती उत्तम असल्याचा आणि सदैव, सर्वत्र, एक असीम बुद्धिमत्ता त्याला सर्व काही उलगडून दाखवत असल्याचा दावा तो नंतर काही काळानं करायला लागला.

त्यानं त्याच्या शिक्षकांविषयी आणि सहाध्यायांविषयी प्रेम दाखवायला सुरुवात केली. कित्येक वर्षांत अनुभवलं नव्हतं असं स्वातंत्र्य हा युवक आता अनुभवतो आहे. आपले शिक्षक आणि आपली आई उत्तम गुणांबद्दल आपली पाठ थोपटत आहेत अशी

कल्पना तो सदैव करत असतो. अपेक्षित फळांची कल्पना केल्यानंच अभ्यासाविषयीची त्याची मनोवृत्ती बदलली.

आपण अगोदर म्हटलेलंच आहे की, कल्पनाशक्तीतूनच आपली मनोवृत्ती घडते. जर तुम्ही अशी कल्पना केलीत की, आजचा दिवस काळा असणार आहे, व्यवसाय थंडावणार आहे, पाऊस पडत असल्यानं तुमच्या दुकानात कुणीही ग्राहक फिरकणार नाही, कुणी आलं तरी त्यांच्याकडे पैसे असणार नाहीत; तर या नकारात्मक प्रतिमांचेच परिणाम तुम्हांला भोगावे लागतील.

एकदा एका माणसाला लंडनच्या रस्त्यावरून चालताना साप दिसल्याचा भास झाला. भीतीमुळे तो जागीच गारठून गेला. त्याला फक्त सापासारखं काहीतरी दिसलं, पण तो खरोखरचा साप असल्याप्रमाणे त्याची मानसिक आणि भावनिक प्रतिक्रिया झाली.

सुंदर, उदात्त आणि उत्तम गोष्टींची कल्पना करा. मग जीवनाविषयीचा तुमचा संपूर्ण दृष्टिकोण बदलून जाईल. जीवनाविषयी तुमची काय कल्पना आहे, तुमचं आयुष्य आनंदात व्यतीत होणार आहे का, की ते केवळ निराशेची लांबलचक मालिका असणार आहे, कुणाची चाकरी करायची; ते तुम्हीच निवडा.

तुम्ही तुमच्या मनात जशा प्रतिमा सदैव रंगवता; त्यांच्यानुसारच तुम्ही तुमचं बाह्य जाणिवेचं जग बनवत, रचत आणि घडवत असता. तुम्हांला ज्यायोगे आनंद मिळेल, ज्यांतून तुमच्या जाणिवा उंचावतील आणि तुमची प्रतिष्ठा वाढेल अशा घटनांची आणि परिस्थितीची कल्पना करा. जीवन मंद, क्रूर, कठीण, कडवट आहे किंवा संघर्ष आणि वेदना अटळ आहे असं तुम्ही मानत असाल; तर तुम्ही स्वतःच तुमचं आयुष्य दीनवाणं बनवत आहात.

तुम्ही गोल्फकोर्सवर उभं असल्याची कल्पना करा. तुम्ही मुक्त, तणावरहित आहात - उत्साहानं आणि ऊर्जेनं सळसळत आहात. गोल्फच्या खेळातल्या समस्यांवर मात करण्यात तुम्हांला आनंद मिळतो आहे. सर्व अडथळे पार करण्यातच थरार दिसतो आहे.

आणि आता, तुम्ही स्मशानभूमीत जात आहात अशी कल्पना करा. या दोन्ही प्रसंगांमध्ये तुमची भावनिक प्रतिक्रिया कशी निरनिराळी झाली हे पाहा. स्मशानभूमीत असतानाही तुम्ही मृत व्यक्तीच्या नव्या जन्माबद्दल आनंद मानू शकता. तुमची प्रिय व्यक्ती अवर्णनीय सौंदर्याच्या आणि प्रेमाच्या यात्रेला निघाली असून त्याच्या किंवा तिच्या मित्रमैत्रिणींनी वेढलेली आहे अशी कल्पना करू शकता. उपस्थित असलेल्या सर्वांच्या मनात आणि हृदयात ईश्वरीय शांतसरिता वाहत असल्याची कल्पना तुम्ही करू शकता. तुम्ही वास्तवात कुठंही असलात, तरी मनानं स्वर्गारोहण करू शकता; हेच कल्पनाशक्तीचं सामर्थ्य आहे.

आता बायबलमधलं आणखी एक सुंदर वचन पाहू -

त्यानं आणखी एक स्वप्न पाहिलं आणि ते आपल्या भावंडांना सांगून तो म्हणाला, ''ऐका, मी आणखी एक स्वप्न पाहिलं. त्यात सूर्यानं, चंद्रानं आणि अकरा ताऱ्यांनी मला वंदन केलं.''

प्राचीन चिन्हशास्त्रानुसार सूर्य हे बाह्यमनाचं; तर चंद्र हे अंतर्मनाचं प्रतीक आहे. अकरा तारे कल्पनाशक्तीव्यतिरिक्त आणखी अकरा प्रकारच्या शक्ती दर्शवतात. 'शिस्तबद्ध कल्पनाशक्ती' ही मनाच्या इतर सर्व शक्तींमध्ये श्रेष्ठ आहे आणि ती आपल्या बाह्यमनाला आणि अंतर्मनाला दिशा देते. कल्पनाशक्ती सर्वप्रथम आहे आणि तिला शास्त्रीयरीत्या निर्देशित केलं जाऊ शकतं.

पन्नासहून अधिक वर्षांपूर्वी मी वडलांसोबत आयर्लंडचे गोल मनोरे पाहत होतो. वडील तासभर काहीच बोलले नाहीत; ते विचारात गढून गेल्याप्रमाणे दिसत होते. ते कसला विचार करत होते असं मी त्यांना विचारलं. त्यांचं उत्तर थोडक्यात असं होतं – जगातल्या महान, विलक्षण कल्पनांचा विचार करूनच आपण विकसित होऊ शकतो. त्या मनोऱ्याचे दगड किती जुने असावेत याचा विचार ते करत होते. त्या वेळी ते दगड सर्वप्रथम जिथं बनले असावेत त्या खाणीत त्यांची कल्पनाशक्ती त्यांना घेऊन गेली. कल्पनेनं त्यांनी त्या दगडांना अनावृत केलं. अंतश्चक्षूनं त्यांनी दगडांची रचना, भूशास्त्रीय जडणघडण, त्यांतले घटक हे सारं पाहिलं. अखेरीस या दगडांची इतर दगडांशी आणि संपूर्ण जीवनाशी असलेली एकरूपता कल्पिली. अशा दैवी प्रतिमांमधून त्यांच्या हे लक्षात आलं की, या गोल मनोऱ्याकडे पाहून आयरिश जमातीच्या संपूर्ण इतिहासाची बांधणी करता येऊ शकते!

मनोऱ्यात राहणारी अदृश्य माणसं या शिक्षकाला कल्पनाशक्तीद्वारे दिसत होती आणि त्यांचे आवाज ऐकू येत होते. हे अख्खं स्थान त्यांच्यासाठी जणू कल्पनेमध्ये जिवंत झालं होतं. हा गोल मनोरा अस्तित्वातही नव्हता, त्या भूतकाळात ते कल्पनाशक्तीद्वारे पोहोचू शकले होते. सारं नाट्य ते त्यांच्या मनामध्ये पाहू शकत होते – हे दगड कुठून आले, कुणी आणले, या मनोऱ्याचा उद्देश काय होता; आणि त्याचबरोबर, त्याच्यासोबत कोणता इतिहास जोडला गेला होता हेसुद्धा ते पाहू शकले. ते मला म्हणाले, ‘‘हजारो वर्षांपूर्वी जे घडून गेलं, त्यांचा स्पर्श मी जणू आजही अनुभवू शकतो, त्यांचे आवाज ऐकू शकतो.’’

‘वैश्विक मन’ (युनिव्हर्सल माइंड, चैतन्य) सर्व वस्तूंमध्ये सामावलेलं आहे; ते प्रत्येक वस्तूत आहे – प्रत्येक वस्तू

त्याच्यापासूनच तर बनलेली आहे. इमारतीच्या दगडांमध्ये चिरंतनाचा खजिना आहे. निर्जीव काहीच नाही; सारी जीवनाची विविध रूपं आहेत फक्त. खरोखरीच, निसर्गाची अदृश्य रहस्यं तुमच्यासमोर उलगडली आहेत अशी कल्पना तुम्ही करू शकता. तुम्हांला आढळेल की, जाणिवेत खोलवर बुडी मारून तुम्ही अस्तित्वात नसलेल्या गोष्टी अस्तित्वात आणू शकता आणि अदृश्याला दृश्य बनवू शकता.

परवा रात्री मी बागेत बसून सूर्यास्त बघत होतो. एकदम माझ्या मनात आलं की, सूर्य हा लॉस एंजलिस शहरातल्या एखाद्या घरासारखा आहे; सूर्याच्या पाठीमागे आणखी एक मोठा सूर्य आहे आणि अनंतापर्यंत हीच शृंखला चालू आहे. अगणित सूर्य आणि सौरमंडळं आकाशगंगेच्याही पल्याड अनंतापर्यंत विस्तारल्याचा विचार करताना कल्पनाशक्तीला भोवळ येते. अनंत सागरकिनाऱ्यावरचा वाळूचा एक कण म्हणजे आपलं जग. जगाकडे तुकड्यातुकड्यांत पाहण्याऐवजी या संपूर्णतेकडे, एकरूपतेकडे पाहू या. एक कवी म्हणतो त्याप्रमाणे आपण भल्यामोठ्या अशा एकाचेच (एकाच तत्त्वाचे) भाग आहोत – निसर्ग म्हणजे त्या एका तत्त्वाचं शरीर असून साक्षात ईश्वर हा त्या तत्त्वाचा आत्मा आहे.

खरं तर मनुष्याच्या कल्पकतेतूनच सर्व धर्मांचा उगम झाला आहे. टीव्ही, रेडिओ, रडार, सुपरजेट्स आणि इतर सर्व आधुनिक शोध कल्पनेच्या दुनियेतूनच आलेले नाहीत काय? कल्पनाशक्ती हा अनंताचा खजिना आहे. त्यातूनच संगीत, कला, काव्य आणि संशोधन अशी रत्नं प्राप्त होतात. तुम्ही एखाद्या पुरातन भग्नावशेषाकडे, जुन्या मंदिराकडे किंवा पिरॅमिडकडे पाहून त्याच्या मृत भूतकाळाची पुनर्बांधणी करू शकता. जुन्या चर्चच्या परिसरातल्या भग्न अवशेषांमध्येही तुम्हांला एक सुंदर, समृद्ध, आधुनिक शहर दिसू

शकतं. तुम्ही गरजेच्या आणि निकडीच्या कैदेत असलात किंवा दगडी तुरुंगात असलात, तरी तुमच्या कल्पनेत तुम्ही स्वातंत्र्याची भरारी नक्कीच घेऊ शकता.

पॅरीसची गटारं साफ करणारा शिको आठवतो? सूर्यप्रकाश त्याच्या दृष्टीला कधीच पडला नाही, तरीही त्यानं मनाची स्वर्गीय अवस्था कल्पिली आणि जगलीही.

बन्यननं 'Pilgrim's Progress' नावाची अद्वितीय कलाकृती तुरुंगात असताना रचली. मिल्टन अंध असूनही अंतश्चक्षूनं पाहत असे. त्याच्या कल्पनाशक्तीमुळं त्याचा मेंदू जणू एक अग्निगोलक बनला आणि मग त्यानं 'पॅराडाइझ लॉस्ट' लिहून काढलं. त्याद्वारे त्यानं सर्वत्र सर्वांसाठी ईश्वराचं नंदनवन उभं केलं.

कल्पनाशक्ती हा मिल्टनचा आत्मिक नेत्र होता. त्याद्वारे त्यानं ईश्वराप्रमाणे काळ, स्थळ, द्रव्य यांच्यापल्याड जाऊन अदृश्य अस्तित्वाबरोबरच अदृश्य शक्तीही खेचून आणली.

जो आपल्या अंतर्मनाला जाणतो, तोच अलौकिक बुद्धिमंत असतो. तो आपल्या समस्यांचं उत्तर या वैश्विक साठ्यातून शोधून काढतो; म्हणून त्याला अंगमेहनत करायची गरज पडत नाही. अलौकिक बुद्धिमत्ता असणाऱ्या व्यक्तीची कल्पनाशक्ती अत्युच्च पातळीपर्यंत विकसित झालेली असते. सर्व थोर कवी-लेखकांना अतिविकसित आणि सुसंस्कृत कल्पनाशक्तीचं वरदान लाभलेलं असतं.

शेक्सपीअर त्याच्या काळातल्या जुन्या गोष्टी, लोककथा आणि दंतकथा ऐकत असल्याचं मी आता पाहू शकतो. त्याच्या नाटकांतल्या साऱ्या पात्रांची यादी बनवतानाही मी त्याला मनोमन कल्पू शकतो ... आणि मग त्या सर्व पात्रांना मूर्त रूप देत असल्याचं,

त्यांना जिवंत करत असल्याचं आणि आपण जणू स्वतःबद्दलच वाचत आहोत असं वाटायला लावणारा रसरशीतपणा त्या पात्रांना तो प्रदान करत असल्याचं मी कल्पू शकतो.

तुमच्या परमपित्यानं दिलेलं काम तुम्ही कल्पनाशक्ती वापरून पार पाडा. तुमची हुशारी, तुमचं कौशल्य, ज्ञान आणि तुमच्या क्षमता प्रकट करणं आणि तुमच्यासोबत इतरांनाही आशीर्वाद देणं हे तुमच्या परमपित्याचं कार्य आहे. एखादं लहानसं दुकान चालवत असतानाही मोठं दुकान चालवून समाजाची अधिक सेवा करण्याची कल्पना तुम्ही करत असाल; तर तुम्ही तुमच्या परमपित्यानं दिलेलं काम पार पाडत आहात.

तुम्ही लघुकथा लेखक असाल; तेव्हाही तुम्ही तुमच्या परमपित्यानं दिलेलं काम पार पाडू शकता. तुम्ही एक कथा लिहू शकता. त्या कथेवर आणि कथेतल्या पात्रांवर तुमच्या कलात्मक आध्यात्मिक मनाचा संस्कार करा; मग तुमची कृती लोकरंजक आणि अत्यंत मजेदार बनेल.

मानवी सत्य नेहमीच नवलकारक आणि सुंदर असतं. एखादी कादंबरी किंवा कथा लिहिताना आपण सत्याला सौंदर्याचा आणि मोहकतेचा साज चढवला पाहिजे. मग तुम्ही फक्त बीजाकडे पाहून कल्पनेनं एक सुंदर वन; त्यातील नद्या, उपनद्या आणि प्रवाह; रचू शकता. त्या वनात विविध तऱ्हेचं जीवन भरू शकता. आणखी पुढचा विचार करून प्रत्येक ढगात एक इंद्रधनू टांगून देऊ शकता. एखाद्या वाळवंटाकडे पाहून त्याला गुलाबासारखं फुलवू शकता, आनंददायी बनवू शकता. काट्याऐवजी देवदार उगवेल आणि बाभळीऐवजी सदाफुली बहरेल. अंतर्भान आणि कल्पनाशक्ती असलेले लोक वाळवंटात पाणी शोधून काढतात आणि जिथं इतरांना केवळ उजाड माळरान दिसत असतं; तिथं शहरं वसवू शकतात.

प्रत्यक्षात एकही विहीर खोदली जाण्याच्या किंवा एकही घर बांधलं जाण्याच्या अगोदरच स्थापत्यकार त्या शहरातल्या साऱ्या इमारती आणि कारंजी कार्यरत असल्याचे पाहतो. ओसाड जागी मी तलाव बनवीन आणि मरुभूमीतून पाण्याचे झरे काढीन अशी मोठी स्वप्नं तो पाहतो.

अधिक काळ काम, कठोर मेहनत किंवा रात्र-रात्र जागून केलेल्या कष्टांतून एखादा मिल्टन, शेक्सपीअर किंवा बिथोव्हन घडणार नाही. थोर गोष्टी शांततेच्या क्षणांमध्ये साध्य होतात. त्यासाठी काळाच्या प्रारंभापासून अदृश्य असलेल्या गोष्टी आपण पाहू शकत असल्याची कल्पना करावी लागते.

ईश्वराचं अवर्णनीय सौंदर्य तुमच्या कॅनव्हासवर उतरल्याची कल्पना तुम्ही केली आणि तुम्ही सच्चे सौंदर्यप्रेमी कलाकार असाल; तर महान सौंदर्य विनासायास साकार होईल. थोर प्रेरणेचे अनेक क्षण तुमच्या जीवनात येतील; त्यांचं कष्टांशी किंवा कठोर मनस्वी श्रमांशी काहीएक देणंघेणं नाही.

ग्रीनविच गावात मला एक कवी भेटला. सुंदर कविता करत असे तो. तो त्याच्या कविता कार्डांवर छापून नाताळच्या काळात विकत असे. त्यांतल्या काही कविता म्हणजे आत्मिक प्रेमाची सुंदर रत्नं होती. तो म्हणाला की, स्तब्ध असताना त्याच्या मनात एखाद्या सुंदर दृश्यासह त्याचे शब्द अवतरत असत. फुलं, माणसं आणि त्यांचे निकटवर्तीय स्पष्टपणे त्याच्या मनात उमटत. या प्रतिमा त्याच्याशी बोलत, त्यांची कहाणी सांगत. पुष्कळदा तर संपूर्ण कविता, गाणं किंवा एखादं अंगाईगीत विनासायास पूर्ण तयार स्वरूपात त्याच्या मनात प्रकटत असे. आपण उत्तमोत्तम कविता लिहून लोकांच्या हृदयाला हात घालतो आहोत अशी कल्पना करण्याची सवय त्याला होती.

शेलीनं म्हटलं आहे की, काव्य ही कल्पनेची अभिव्यक्ती आहे. कवी जेव्हा प्रेमविषयक चिंतन करतो आणि प्रेमाविषयी लिहू इच्छितो, तेव्हा त्याच्या अंतरीची अदृश्य बुद्धिमत्ता मनाला जागृत करते, ईश्वरीय सौंदर्याची जादू पसरवते आणि ईश्वराचे चिरंतन प्रेम त्याला दाखवून देते. त्यायोगे त्याच्या शब्दांवर सत्य, शिव आणि सौंदर्य यांचा साज चढतो.

आपल्या आतच एक थोर संगीतकार दडलेला असतो. तुमचं काम संगीत वाजवण्याचं अगर रचण्याचं असेल; तर तुम्ही तुमच्या पित्याचंच काम करत आहात याची खातरी बाळगा. ईश्वर हाच तो थोर संगीतकार असल्याचं ओळखणं हे तुमच्या पित्यानं तुम्हांला दिलेलं पहिलं काम आहे. मग चिंतन करा; उमजून घ्या; ते अंतरीचं संगीत – ते दैवी प्रेमाचं गाणं – तुमच्या माध्यमातून वाजावं किंवा गायलं जावं अशी प्रार्थना करा. मग तुम्ही वाजवाल, ते संगीत अभूतपूर्व असेल.

एडिसननं लावलेला प्रत्येक शोध अगोदर त्याच्या मनात तयार होत असे. टेस्ला या आणखी एका महान संशोधकाची आणि वैज्ञानिकाचीसुद्धा हीच कहाणी होती.

मला वाटतं, ऑलिव्हर वेन्डेल होम्सनं म्हटलं होतं की, तीन प्रकारचे कथाकार असावे लागतात – एक संकल्पना मांडणारा, एक कल्पनाशक्ती वापरणारा आणि एक भाकीत करू शकणारा. फोर्डला कल्पना करण्याच्या आणि स्वप्नं पाहण्याच्या क्षमतेमुळेच जग चाकांवर चालवावंसं वाटलं असेल असा मला विश्वास आहे.

तुमची कल्पनाशक्ती स्थळकाळाचे सारे अडथळे ओलांडण्यास मदत करते. तुमच्या अंतश्चक्षूंनी तुम्ही भूतकाळ पाहू शकता किंवा भविष्याचा विचार करू शकता. शिस्तबद्ध, आध्यात्मिक, नियंत्रित

आणि दिशापूर्ण असलेली कल्पनाशक्ती मनुष्याचा सर्वोच्च आणि सर्वांत उदात्त असा गुण बनते.

काही वर्षांपूर्वी मी एका युवा रसायनशास्त्रज्ञाशी संभाषण करत होतो. त्यानं सांगितलं की, एक विशिष्ट जर्मन रंग बनवण्याचा प्रयत्न कित्येक वर्षं करूनही त्याचे वरिष्ठ त्यात अयशस्वी झालेले होते. मग तो त्यांच्यासोबत काम करत असताना त्याच्यावर ही कामगिरी सोपवण्यात आली. त्यानं मला सांगितलं की, हे कार्य अशक्य असल्याचं त्याला माहीत नव्हतं आणि म्हणून त्यानं ते संयुग सहजगत्या बनवलं. त्याचे वरिष्ठ चकित झाले आणि त्यांनी त्याला त्याचं रहस्य विचारलं. तो उत्तरला की, त्याच्या प्रश्नाचं उत्तर मिळाल्याची कल्पना करून ते शक्य झालं होतं. या विषयावर आणखी छेडलं असता तो पुढे म्हणाला की, भडक लाल रंगात लिहिलेली ANSER अशी अक्षरं त्याला स्पष्ट दिसत होती! मग त्यानं त्या अक्षरांखाली एक पोकळी कल्पिली. त्याला माहीत होतं की, रासायनिक सूत्रासाठी तयार केलेली ही पोकळी त्याच्या अंतर्मनाद्वारे भरली जाईल. तिसऱ्या रात्री त्याला एक स्वप्न पडलं. त्यात ते संयुग बनवण्याचं संपूर्ण सूत्र आणि तंत्र स्पष्टपणे मांडलं गेलं होतं.

कल्पनाशक्तीच्या बळावर भव्यदिव्य कार्य करण्याचा विचार तुम्हांला प्रेरित करू शकतो; पण त्याचवेळी तुमच्या मनातल्या भयाचे, कुशंकेचे आणि चिंतेचे विचार तुमच्या आकांक्षेला, आदर्शाला किंवा स्वप्नाला ठार करण्याचं कारस्थान करू शकतात. बाह्य स्थितीकडे किंवा घटनांकडे पाहून तुमच्या मनात भय उद्भवतं; तरीही अंतरीची इच्छा व्यक्त केल्यास तुम्हांला शांतता लाभेल आणि समस्या दूर होईल.'

तुम्ही स्वप्नं पाहणारा, कल्पनाशक्तीचा पुरेपूर वापर करणारा मनुष्य बनायला हवं. तुमची स्वप्नं प्रत्यक्षात आणण्याचा निश्चय करा. बाह्यजगातल्या वस्तूंची सध्याची स्थिती काय आहे, त्यांची जाणीव तुम्हांला कशी होते आहे यांकडे लक्ष देऊ नका. तुमची ज्ञानेंद्रियं तुमच्या कल्पनेला खोटं पाडण्याचा प्रयत्न करत असली; तरी तुमच्या हृदयात मात्र ती स्वप्नं वास्तव असल्याचं स्वतःला सांगत राहा. भयरूपी आणि आशंकारूपी भ्रमापासून तुमच्या मनाला दूर ठेवा आणि सर्वशक्तिमान अशा आंतरिक आत्मशक्तीच्या छायेत मनाला विसावू द्या. शांत चित्तानं लक्षात असू द्या की, जगात एकमेव शक्ती आणि एकमेव अस्तित्व विद्यमान आहे. ही शक्ती आणि हे अस्तित्व मार्गदर्शन, सामर्थ्य, शांतता आणि आत्मिक पोषण यांच्या रूपानं तुमच्या विचारांना प्रतिसाद देत असतं. या आत्मिक शक्तीचं निरपेक्ष सार्वभौमत्व जाणून घ्या. तुमच्या प्रश्नाचं उत्तर ईश्वरी शक्तीकडे आहे आणि ती शक्ती तुम्हांला मार्ग दाखवत आहे हे जाणून घ्या. तिच्यावर विश्वास ठेवा आणि तुमची प्रार्थना मान्य झाली असल्याच्या जाणिवेनं चालत राहा.

कोलंबसनं लावलेल्या अमेरिकेच्या शोधाची गोष्ट आपण साऱ्यांनी वाचली आहे. कल्पनाशक्तीमुळेच त्याला हा शोध लागला. कल्पनाशक्तीच्या बरोबरच दैवी शक्तीवरच्या त्याच्या श्रद्धेमुळेच तो मार्गक्रमण करत राहिला आणि विजयी झाला.

खलाशांनी कोलंबसला विचारलं, 'आशा नाहीशी झाल्यानंतर पुढे काय?' त्याचं उत्तर होतं, 'रोज पहाटे स्वतःशी म्हणा, पुढे चालत राहा. शेवटपर्यंत श्रद्धा बाळगा; धीर न सोडता प्रत्येक पावलावर उराशी श्रद्धा बाळगून अखेरपर्यंत चालत राहा; तुम्ही शेवट पाहिलेला असल्यानं अंतिम विजय निश्चित आहे हे जाणून असा हेच प्रार्थनेचं गमक आहे.'

पृथ्वी स्वतःच्या आसाभोवती फिरते हे सुस्पष्ट कल्पनाशक्तीच्या साहाय्यानं कोपर्निकसला दिसलं आणि त्यामुळे जुन्या खगोलशास्त्रीय कल्पना मोडीत निघाल्या.

आपणही वेळोवेळी आपल्या सर्व जुन्या कल्पना, पूर्वग्रह आणि धारणा मोडीत काढल्या पाहिजेत; आपल्या धारणा आणि मतं तपासून पाहिली पाहिजेत; स्वतःला प्रामाणिकपणे विचारलं पाहिजे, माझी धारणा अशी का आहे? हे मत कुठून आलं? कदाचित आपल्या कित्येक कल्पना, धारणा, आपले सिद्धान्त आणि आपली मतं हे पूर्णपणे चुकीचं असू शकेल आणि खऱ्याखोट्याची छाननी न करताच स्वीकारलेलं असेल. आपल्या वाडवडलांनी एखादी धारणा बाळगली म्हणजे आपणही तसंच करायला हवं असं नाही.

एक स्त्री मला म्हणाली की, तिची एक विशिष्ट कल्पना सत्य असायलाच हवी, कारण तिच्या आजीचा त्या कल्पनेवर विश्वास होता. किती खुळचट! पारंपरिक गोष्टींत अडकलेलं मन अनेक असत्यांवर विश्वास ठेवतं. पिढ्यान्‌पिढ्या चालत आलेली एखादी गोष्ट बरोबरच असेल किंवा अंतिम शब्द असेल किंवा अधिकारवाणी असेल असं नाही.

आता ही स्त्री प्रामाणिक आणि भली असली, तरी तिचं मन मानसशास्त्रीय सत्यांबाबत हळवं होतं. ती बायबलमधलं सर्व काही शब्दशः खरं समजत असे. तिचं मन पूर्वग्रहांशी आणि अंधश्रद्धेशी बांधलेलं होतं आणि तिच्या ठाम धारणांना, मतांना आणि पूर्वकल्पनांना छेद देणाऱ्या प्रत्येक गोष्टीला ती विरोध करत असे.

आपलं मन पॅराशूटप्रमाणे हवं. ते खुलं होत नसेल, तर कुचकामी आहे. तद्वतच आपण आपले नेत्र आणि आपलं मन नव्या सत्यांसाठी खुलं ठेवायला हवं. नव्या सत्याची, नव्या ज्ञानाची तहान

असेल; तरच आपण श्रद्धेच्या आणि समजूतदारपणाच्या पंखांनी आपल्या समस्यांच्याही वर भरारी मारू शकू.

अनेक प्रसिद्ध जीवशास्त्रज्ञांना, भौतिकशास्त्रज्ञांना, खगोलशास्त्रज्ञांना आणि गणितज्ञांना सुस्पष्ट, वैज्ञानिक कल्पनाशक्तीची देणगी लाभलेली होती. उदाहरणार्थ, आइनस्टाइनचा सापेक्षतावादाचा सिद्धान्त प्रथम त्यांच्या कल्पनेत अवतरला होता.

प्राचीन इजिप्तमधल्या थडग्यांचा अभ्यास करणारे पुरातत्त्ववेत्ते आणि जीवाश्मतज्ज्ञ त्यांच्या कल्पनाशक्तीद्वारे प्राचीन घटनांची पुनर्बांधणी करतात. मग मृत भूतकाळ पुन्हा जिवंत होऊन बोलायला लागतो. ज्या काळी भाषा अस्तित्वात नव्हती, ज्या काळी केवळ हुंकारांच्या आणि खाणाखुणांच्या साहाय्यानं संवाद होत असे; त्या काळाबद्दल केवळ भग्नावशेष आणि त्यावरची चित्रलिपी पाहून वैज्ञानिक आपल्याला माहिती देऊ शकतात. कल्पनेतून हे वैज्ञानिक प्राचीन मंदिरांवर छत चढवू शकतात. एवढंच नव्हे, तर त्याभोवती बगीचे, तलाव आणि कारंजीही कल्पू शकतात. अश्मावशेषांवर डोळे, मांस आणि स्नायू चढवू शकतात. मग ते अवशेष पुन्हा बोलू, चालू लागतात. भूतकाळ मग जिताजागता वर्तमानकाळ बनतो. खरोखरच कल्पनेत स्थळकाळाचं अस्तित्व नसल्याचं आपल्याला आढळतं. कल्पनाशक्तीद्वारे तुम्ही सर्वकालीन महान लेखकांसोबत राहू शकता.

हल्लीच एका रविवारी मी लॉस एंजलिसच्या विल्शायर नाट्यगृहात साक्षात्काराच्या एकविसाव्या प्रकरणावर व्याख्यान दिलं. आदल्या रात्री मी काही काव्यपंक्तींवर मनन करत होतो, तेव्हा मला जाणवलं की, या पंक्ती लिहिणारा लेखक मला माझ्या आसपास जाणवतोय. माझ्या कल्पनाविश्वात तो लेखक खरंच जिवंत झालाय. त्या काव्यपंक्तींचा भावार्थ काहीसा असा होता –

मग मी (जॉननं) पाहिलं की, ते पवित्र शहर म्हणजे नवीन जेरुसलेम ईश्वराकडून निघून धरतीवर अवतरत होतं. ते शहर नववधूप्रमाणे शृंगारलेलं होतं. मग मी स्वर्गीय आवाज ऐकला, बघा, ईश्वराचं खोपटं मनुष्यांकडे आलं आहे. आता तो ईश्वर या मनुष्यांसोबत त्यांचा देव बनून राहील. (संदर्भ – साक्षात्कार :२१:२, २)

आता सांगा, तुम्ही मनातल्या रस्त्यांवरून चालू शकणार नाहीत काय? ईश्वरी शांततेची नदी तुमच्या मनातून प्रवाहित असलेली तुम्हांला दिसू आणि जाणवू शकणार नाही काय? तुम्ही आता पवित्र शहरात आहात, म्हणजे तुमच्या अंतर्मनाच्या प्रांतात आहात. त्यात सुख, आनंद, श्रद्धा, सुसंवाद, प्रेम आणि सद्‌भावना असे भले लोक वास्तव्याला आहेत. तुमचं मन ईश्वराच्या ओजस्वी सौंदर्यात आच्छादलेलं आहे; आणि तुमची मनोवस्था उन्नत, उदात्त आणि ईश्वरासमान झाली आहे. मनानं आणि आत्म्यानं तुम्ही ईश्वराशी आणि सर्व उत्तम गोष्टींशी विवाहबद्ध झालेले आहात. तुमच्या अंगावर विवाहाचा पोशाख आहे, कारण तुम्ही अनंताशी एकरूप झाला आहात आणि चिरंतन ईश्वरी सत्य सदोदित तुमच्या मनात बीजधारणा करत आहे. तुमच्या कल्पनेत तुम्हीच ईश्वराचा मंडप आहात. तुम्ही जाणता की, पवित्र आत्मा तुमच्या अस्तित्वाचा प्रत्येक भाग व्यापून राहिलेला आहे. तुमच्या कल्पनाशक्तीत आता दैवी उन्माद संचारतो. ईश्वरी प्रतिद्रव्य घेऊन आणि हृदयात ईश्वरी वास बाळगून तुम्ही ईश्वरी नशेत धुंद आहात.

तुम्ही एखाद्या खडकाकडे पाहू शकता. दैवी कल्पनेनं तुम्ही त्या खडकातून तिलोत्तमा प्रकट करू शकता; तिथं तुमची सौंदर्यदृष्टी आणि निरंतर आनंद चितारू शकता. तुमची कल्पनाशक्ती नकारात्मक रितीनं वापरू नका; तिची मोडतोड करू नका. आजार, अपघात आणि नुकसान कल्पून तुम्ही स्वतःचं मानसिक खच्चीकरण करता.

आजारपण आणि अभाव कल्पिणं म्हणजे मनःशांती, आरोग्य आणि सुख यांचा नाश करणं होय.

एकदा जहाजावरून सूर्यास्त पाहताना एक प्रवासी म्हणाला, 'मी इतका खूश आहे; हा क्षण असाच थांबून राहो.'

सुंदर सूर्योदय पाहून तुम्ही किती वेळा म्हटलं आहे, हा क्षण असाच थांबून राहो? या नश्वर जगात काहीच चिरंतन नाही. तथापि ईश्वरी सत्यं चिरंतन आहेत. रात्र झाली की अंधार पडतो; पण सकाळ उजाडणारच आहे. मग संध्याकाळही होईल. हे सगळं थांबून कसं चालेल? आणि तुम्हांलाही थांबून चालणार नाही – तुम्हांला तुमच्या आतल्या आणि बाहेरच्या नवनव्या दुनिया काबीज करायच्या आहेत. निरंतर बदल हेच जीवनाचं मूळ आहे.

चाकोरीत राहू नका. समस्या दाखवून जीवन तुमच्याकडून उत्तर मागत असतं. त्यांवर मात करण्यातच सर्वाधिक आनंद आणि समाधान आहे. परिवर्तनाविना जीवन असह्य झालं असतं. त्याच त्या गोष्टी पाहून आपण कंटाळलो असतो. तुम्हांला रात्र आणि दिवस, गारवा आणि उकाडा, भरती आणि ओहोटी, उन्हाळा आणि हिवाळा, आशा आणि निराशा, यश आणि अपयश अशा दोन्ही बाजू दिसतात. अशा परस्परविरोधी गोष्टींतून तुम्ही मार्गक्रमण करता; तुम्हांला हव्या त्या गोष्टी कल्पून आणि त्यांचा अलौकिक अनुभव घेऊन तुम्ही परस्परविरोधी गोष्टींना एकत्र आणता आणि त्यातून मनः शांती मिळवता.

दुःखाच्या, वेदनेच्या किंवा एखाद्या प्रिय व्यक्तीच्या वियोगाच्या वेळी कल्पनाशक्ती आणि श्रद्धा हे एकाच पक्ष्याचे दोन पंख जणू तुम्हांला हळूवारपणे ईश्वराच्या, म्हणजे तुमच्या पित्याच्या कुशीत नेऊन पोहोचवतात आणि तिथं तुम्हांला आत्मिक शांती,

सांत्वना आणि दैवी विश्राम लाभतात.

कल्पनेत तुम्ही ईश्वराच्या मुखाकडे किंवा सत्याकडे पाहता. मग ईश्वर तुमचे सारे अश्रू पुसून टाकतो – आता रडण्याची गरज काय? मानवी मनाचं सारं धुकं ईश्वरी प्रेमाच्या सूर्यप्रकाशात विरून जातं.

जेव्हा रात्र काळोखी असते आणि मार्ग दिसत नाही; म्हणजे जेव्हा तुमची समस्या सर्वांत कठीण असते; तेव्हा कल्पनाशक्ती तुम्हांला तारून नेईल.

जेव्हा तुम्हांला मार्गदर्शन हवं असतं आणि प्रेरणा हवी असते, तेव्हा ईश्वरी सत्यावर नजर केंद्रित करा : मला अमर्याद बुद्धिमत्तेचं मार्गदर्शन आहे, किंवा दैवी शहाणपण माझ्या मनात भरून राहिलेलं आहे आणि मी ईश्वरप्रेरित झालेलो आहे.

तुमच्या आत एक अभिकल्पक, एक वास्तुविशारद आणि एक विणकर आहे; तो तुमच्या मनाचं, विचारांचं, भावनांचं आणि धारणांचं वस्त्र घेऊन त्यातून शांती किंवा अशांती, आरोग्य किंवा अनारोग्य देणारं जीवन घडवतो. तुम्ही अशा जीवनाची कल्पना करू शकता, जे तुम्हांला तिसऱ्या स्वर्गात घेऊन जाईल; जिथं तुम्हांला अवर्णनीय दैवी गोष्टी दिसतील; किंवा मग कल्पनेच्या विकृत, वाईट उपयोगानं तुम्ही रसातळाला पोहोचू शकता.

मनुष्य हाच ईश्वराचा निवास आहे. मनुष्य कितीही अधोगतीला जाऊ देत, तिथून त्याचा उद्धार करण्यासाठी ईश्वरी अस्तित्व हजर असतं. आपल्या हाकेला ओ देण्यासाठी ते आपल्या आतच वाट पाहत उभं असतं. सर्व व्यावसायिक देवघेवींमध्ये तुम्ही कल्पनाशक्तीचा चांगला वापर करून घेऊ शकता. समोरच्या व्यक्तीच्या जागी नेहमी स्वतःला कल्पा; मग काय करावं हे तुमच्या

लक्षात येईल. समोरच्या व्यक्तीनं जे बोलायला हवं अशी तुमची इच्छा आहे, ते ती व्यक्ती बोलत आहे अशी कल्पना करा. ती जशी दिसते तशी तिला पाहण्याऐवजी; ती जशी असायला हवी आहे तशी पाहा. कदाचित ती चिडखोरपणे, उपरोधिकपणे, कडवटपणे किंवा शत्रुत्वानं वागत असेल; कदाचित तिच्या मनात निराशेबरोबरच अनेक दुःखं भरलेली असतील. तरीही तुम्ही सुंदर आणि भल्या गोष्टींची कल्पना करा. तुमच्या कल्पनेनं त्या व्यक्तीला ईश्वरी वस्त्रात आच्छादून टाका. कल्पना करा की, ईश्वरी आदर्श आणि अपरिमित ईश्वरी कल्पना त्या व्यक्तीमध्ये सामावलेल्या आहेत आणि केवळ त्या प्रकट होण्याची, मुक्त होण्याची प्रतीक्षा करत आहेत. इच्छा असल्यास तुम्ही असंही म्हणू शकता की, ईश्वर या व्यक्तीतून प्रकट होण्याची वाट पाहत आहे. तुम्ही त्या व्यक्तीच्या हृदयात ईश्वरी प्रेमाचा वन्ही चेतवू शकता आणि तुम्ही लावलेली ही ज्योत पुढे कदाचित दैवी अग्नी बनेल.

जगातील सर्वांत मोठ्या आणि सर्वांत समृद्ध चित्रप्रदर्शिका ईश्वरी सत्याला आणि सौंदर्याला वाहिलेल्या असतात. लिओनार्डो दा विन्चीनं त्याला लाभलेलं कल्पनेचं देणं वापरून, येशूवर आणि त्याच्या बारा अनुयायांवर मनन केलं. तो चिंतनमग्न असताना त्याच्या कल्पनाशक्तीनं मनाच्या अनंत साठ्यातून सर्वोत्कृष्ट चित्राचं सर्जन झालं. त्यानं चित्त चांगलं एकाग्र केलेलं असल्यानं त्याचा अंतश्चक्षू अंतःप्रकाशानं झळाळू लागला; त्याला प्रेरणा स्फुरली आणि मग कल्पनेच्या दैवी प्रतिमांमधून साकारली ती त्याची उत्कृष्ट कलाकृती – 'Thc Last Supper'.

तुम्ही एखाद्या शांत तळ्याकाठी किंवा पर्वतशिखरापाशी आहात अशी कल्पना करा. त्याच्या शांत, शीतल, अविचल पृष्ठभागावरून कसा स्वर्गीय प्रकाश परावर्तित होत आहे, ते पाहा.

त्याचप्रमाणे आध्यात्मिक मनुष्याच्या शांत मनावरदेखील ईश्वरी अंतः प्रकाशाचं आणि ज्ञानाचं प्रतिबिंब उमटतं.

जीवनातल्या तुमच्या आदर्शाचं चित्र रेखाटा; या आदर्शासोबत जगा. या आदर्शानं तुमची कल्पनाशक्ती भारली जाऊ द्या; त्यानं तुम्हांला झपाटून टाकू द्या. मग तुम्ही या आदर्शाच्या मार्गावर चालू लागाल. जीवनातला आदर्श म्हणजे जणू स्वर्गीय दव असतं – ते माणसाच्या शुष्क मनावर फिरतं आणि त्याला ताजातवाना करून टाकतं.

एव्हाना तुम्हांला हे कळलेलं आहे, की मानसिकरीत्या तुम्हांला ईश्वराकडे वाहून नेण्यासाठी तुमची कल्पनाशक्ती ही एखाद्या नदीचं काम करते. तिचे प्रवाह आणि तिच्या उपनद्या म्हणजे तुमच्या कल्पना आणि भावना, तसेच तुमच्यामध्ये उगम पावून सर्वत्र इतरांपर्यंत जाऊन पोहोचणारं प्रेम आणि सद्‌भावना होत. सामान्य माणूस जगाकडे पाहतो; तेव्हा त्याला आजार, गोंधळ आणि मनुष्याची इतरांशी असणारी अमानवी वर्तणूक दिसते. याउलट शिस्तबद्ध कल्पनाशक्ती वापरणारा मनुष्य सर्व दिखाव्यांच्या, विसंगतींच्या, आभासांच्या वर भरारी मारून सौहार्दाचं उदात्त तत्त्व पाहतो. हे तत्त्व सर्व गोष्टींच्या आतमध्ये, पाठीमागे आणि केंद्रस्थानी वास करत असतं. दैवी प्रतिमांतून त्या मनुष्याला हे समजलेलं असतं की, सर्व गोष्टींना योग्यायोग्यतेचा एक चिरंतन नियम लागू असतो; संपूर्ण विश्व एका निरंतर शांततेवर, असीम प्रेमावर चालतं. ही सत्यं हृदयात उचंबळून येतात; ती एका चिरंतन सत्यातून उगम पावतात. हे चिरंतन सत्य कल्पनेद्वारे भौतिकाचा पडदा चिरून ईश्वराच्या आणि स्वर्गाच्या दैवी आशयात विसावलेलं असतं.

प्रकरण दुसरं

अंतर्मनाचा व्यावहारिक उपयोग

बायबल प्रकाशित होण्याच्या कितीतरी अगोदरपासून प्राचीन ज्ञान सांगतं की, मनुष्य जशी कल्पना करतो आणि जशी भावना ठेवतो; तसाच तो बनतो. काळाच्या ओघात ही प्राचीन शिकवण हरपली; प्राचीनतेमध्ये ती लोप पावली.

बायबल म्हणतं, मनुष्य अंतःकरणातून जसा विचार करतो, तसाच तो असतो.

एक दंतकथा आहे की, हजारो वर्षांपूर्वी एका ऋषीच्या नेतृत्वाखाली सर्व चिनी ऋषी एकत्र जमले आणि आपल्या भूमीला लुटणाऱ्या पाशवी हल्लेखोरांच्या मोठमोठ्या हल्ल्यांची चर्चा करायला लागले. त्यांच्यासमोरचा प्रश्न होता, या हल्लेखोरांपासून आपलं प्राचीन ज्ञान कसं वाचवायचं?

अनेक सूचना मांडल्या गेल्या – काहींना वाटलं की, प्राचीन कागदपत्रं आणि संकेतचिन्हं हिमालय पर्वतात पुरून टाकावी. काहींनी सल्ला दिला की, हे ज्ञान तिबेटच्या मठांमध्ये ठेवावं.

आणखी काही जणांनी निदर्शनास आणून दिलं की, आपल्या ईश्वराचं ज्ञान जपण्यासाठी पवित्र भारतीय मंदिरं हीच आदर्श ठिकाणं आहेत.

प्रमुख ऋषी संपूर्ण चर्चेदरम्यान गप्प राहिले होते; किंबहुना बोलणी चालू असतानाच ते झोपी गेले आणि मोठ्यानं घोरायलाही लागले. त्यामुळे इतर ऋषी दुखावले गेले. थोड्या वेळानं प्रमुख ऋषी जागे झाले आणि त्यांना म्हणाले, 'ताओनं (ईश्वरानं) मला उत्तर दिलं आहे, ते असं आहे–दैवी कल्पनाशक्तीची देणगी लाभलेल्या चीनमधल्या महान चित्रकारांना बोलवू आणि आपला हेतू त्यांना सांगू. सत्याच्या रहस्यांशी आपण त्यांचा परिचय करून देऊ. मग ते लोक ही महान सत्यं चित्ररूपात मांडतील आणि अशा प्रकारे ही सत्यं चिरंतन काळासाठी आणि अगणित भावी पिढ्यांसाठी जतन केलेली राहतील. या महान ईश्वरी सत्यांचं, शक्तींचं आणि गुणविशेषांचं चित्रमालिकेतलं रूपांतरण पूर्ण होईल; तेव्हा आपण जगाला सांगू की, एक नवा खेळ उदयाला आला आहे. मग साऱ्या जगभराचे लोक तो शक्याशक्यतेचा खेळ म्हणून खेळतील आणि त्यांना हे कळणारपण नाही की, या साध्याशा साधनातून ते सर्व पिढ्यांच्या शिकवणीचं जतन करतायत.' आपल्या खेळायच्या पत्त्यांचा उगम हा असा झाला.

दंतकथेनुसार, ते प्राचीन ऋषी पुढे म्हणाले, 'सर्व पवित्र लेखन नष्ट जरी झालं; तरी खेळण्याच्या पत्त्यांतल्या अनेकविध रचनांतून सगळी सांकेतिक शिकवण आणि गर्भितार्थ पुन्हा कधीही शोधून काढता येईल.'

कल्पनाशक्ती सर्व कल्पनांना रूप आणि आकार देते. कल्पनेच्या दैवी कलेद्वारे या कलाकारांनी सर्व संकल्पनांना चित्ररूप दिलं. कल्पनारंजनाच्या क्रियेतून आपल्या आत खोलवर दडलेल्या

गोष्टींना मूर्तरूप मिळतं. तुमच्यामध्ये सुप्त वा निद्रिस्त असलेल्या गोष्टी कल्पनेद्वारे आकार घेतात. अगोदर लक्षात न आलेल्या गोष्टींचा विचार मग आपण करायला लागतो.

काही सोपी उदाहरणं घेऊ या – तुमचं लग्न ठरल्यावर तुमच्या मनात स्पष्ट, वास्तविक चित्रं उमटली होती. कल्पनेत तुम्ही पुजारी पाहिले. ते मंत्रोच्चारण करत असल्याचं ऐकलं. तुम्ही फुलं पाहिली आणि मंडपही पाहिला. तुम्ही संगीत ऐकलं. तुमच्या बोटात अंगठी कल्पिली, कल्पनेत मधुचंद्रासाठी एखादं हिल स्टेशन पाहिलंत किंवा युरोपलाही जाऊन पोहोचलात. हे सारं तुमच्या कल्पनेत घडलं.

तसंच पदवी मिळवण्यापूर्वी तुमच्या मनात एक सुंदर, रमणीय नाट्य घडत होतं; पदवीसंबंधी साऱ्या कल्पना अवगुंठित झाल्या होत्या. महाविद्यालयाचे प्राध्यापक किंवा अध्यक्ष तुम्हांला पदवी प्रमाणपत्र प्रदान करत असल्याची कल्पना तुम्ही केली. सर्व विद्यार्थी पदवीदान समारंभाच्या पोशाखात असल्याचं तुम्ही पाहिलं. तुमचे आईवडील, किंवा तुमची प्रिय व्यक्ती तुमचं अभिनंदन करत असल्याचं तुम्ही ऐकलं. त्यांची मिठी आणि त्याचं चुंबन या गोष्टी तुम्हांला खरोखर जाणवल्या; हे सारं सत्य होतं, प्रत्यक्ष घडत होतं, प्रसन्न करणारं होतं, छान होतं. न जाणे कुठून तुमच्या गनात या प्रतिमा मुक्तपणे अवतरत होत्या. पण तुम्हांला हे माहीत आहे आणि तुम्हांला हे मान्य करावंच लागेल की, तुम्हांला दिसलेल्या या प्रतिमांना आकार देणारा, त्यांना जिवंत करणारा, त्यांना गती आणि आवाज देणारा एक आंतरिक रचनाकार तुमच्या आत असतो. या प्रतिमा तुम्हांला म्हणतात, केवळ तुझ्याचसाठी आमचं अस्तित्व!

एक युवक सैन्यातून बाहेर पडताना मला म्हणाला, 'मला माझी आई स्पष्ट दिसते. ती माझं स्वागत कसं करेल याची कल्पना

मी करू शकतो. मला जुनं घर दिसतं. वडील पाइप ओढत बसले आहेत. माझी बहीण कुत्र्यांना भरवतीये. त्या घराच्या साऱ्या खाणाखुणा मला दिसतात. एवढंच नाही, तर मला त्यांचे आवाजही ऐकू येतात.'

इतकी स्पष्ट चित्रं कुठून येतात? किट्स म्हणत की, मनुष्यामध्ये पूर्वजांकडून आलेलं ज्ञान उपजत असतं. इच्छा असल्यास आपण त्या प्राचीन स्वर्गीय मदिरेचं पान करू शकतो.

तुमच्यातला आत्मा किंवा परमात्मा हा कल्पनाशक्तीचा मूलाधार आहे. लंडनमधल्या एका परीक्षेत मला एका महत्त्वाच्या प्रश्नाचं उत्तर येत नव्हतं. मी स्तब्ध आणि शांत होऊन चिंतन करत स्वतःशी म्हणू लागलो, 'ईश्वर मला उत्तर सांगेल.' मधल्या वेळात मी बाकी सोप्या प्रश्नांची उत्तरं लिहीत गेलो.

आपल्याला माहीत आहे की, आपलं बाह्यमन शांत झाल्यावर अलौकिक ज्ञान समोर येतं. थोड्याच वेळात त्या उत्तराचं चित्र माझ्या मनात स्पष्टपणे उमटलं. ते संपूर्ण उत्तर एखाद्या पुस्तकाच्या पानाप्रमाणे माझ्या मनात शब्दरूपात चितारलं गेलं. माझ्या बाह्यमनापेक्षा किंवा बुद्धिमत्तेपेक्षा अधिक सामर्थ्यशील असलेलं ज्ञान माझ्यावाटे व्यक्त झालं.

चौदा वर्षांचा एक अत्यंत धार्मिक असा शाळकरी मुलगा माझ्याकडे आला. तो म्हणाला की, कसलीही समस्या आल्यावर तो कल्पना करत असे की, येशू त्याच्याशी बोलत आहे, समस्येवर तोडगा सुचवत आहे आणि पुढे काय करायचं ते सांगत आहे.' त्याची आई फार आजारी होती; आणि हा मुलगा फार कल्पक होता. एका ज्वरग्रस्त स्त्रीला येशूनं कसं बरं केलं, त्याची गोष्ट त्यानं वाचलेली होती. मग माझा हा छोटा मित्र म्हणाला, 'काल

रात्री मी अशी कल्पना केली की, येशू मला म्हणत आहे - जा, तुझी आई आता बरी झाली आहे.' मनातलं हे नाट्य त्यानं इतकं वास्तव, इतकं सुस्पष्ट आणि बलशाली रंगवलं की, विश्वासामुळं आणि श्रद्धेमुळं या काल्पनिक संवादाला तो सत्य मानू शकला.

आशेच्या आणि वैद्यकीय उपायांच्याही पल्याड गेलेली त्याची आई मग पूर्णपणे बरी झाली.

तुम्ही मनाच्या नियमांचे अभ्यासक असल्यामुळे इथं काय झालं असावं हे तुम्हांला समजू शकेल. आपल्या मन:प्रतिमेसोबत एकरूप होण्याची पराकाष्ठा त्यानं केली आणि त्याच्या श्रद्धेमुळं वा विश्वासामुळं ते खरोखर घडून आलं. सर्वत्र एकच मन आणि सर्वांवर उपचार करणारं एकमेव अस्तित्व असतं. जेव्हा त्या मुलानं आपल्या आईविषयी मनातली धारणा बदलली आणि तिच्या उत्तम आरोग्याची अनुभूती घेतली, तेव्हा उत्तम आरोग्याची कल्पना तिच्याही मनात त्याच वेळी पुनरुज्जीवित झाली. त्या मुलाला आत्मिक उपचारांची किंवा कल्पनाशक्तीच्या सामर्थ्याची काहीही माहिती नव्हती. त्यानं अजाणतेपणी हा नियम वापरला आणि येशू त्याच्याशी खरोखर बोलत आहे या कल्पनेवर त्यानं मनस्वी विश्वास ठेवला; मग त्याच्या विश्वासाप्रमाणे ते घडून आलं.

एखाद्या गोष्टीवर विश्वास ठेवणं म्हणजे तिला सत्य म्हणून स्वीकारणं होय; म्हणूनच सोळाव्या शतकात पॅरासेल्सस म्हणाला होता, 'तुम्ही ज्यावर मनापासून विश्वास ठेवता ती गोष्ट प्रत्यक्षात असो वा नसो, परिणाम एकच होतो.' आत्मिक तत्त्व एकच; आजारावर उपचार करणारं तत्त्व एकच; आणि आजारातून बरं होण्याची प्रक्रियाही एकच - तिला श्रद्धा म्हणतात. तुमच्या श्रद्धेनुसारच सारं काही घडून येतं. आजारातून बरं होण्यासाठी अनेक

प्रक्रिया, पद्धती आणि तंत्रं उपलब्ध आहेत. त्या सर्व परिणामकारक ठरतात - यामुळे नव्हे, की ती विशिष्ट पद्धत वा तंत्र बरोबर असतं, पण यामुळे की त्या विशिष्ट प्रक्रियेवर आपला विश्वास असतो. ही सारी उपचारतंत्रं एकाच ठिकाणी उगम पावतात आणि तो उगम म्हणजे ईश्वर. त्याच्या उपचाराचं असीम अस्तित्व सर्व गोष्टींमध्ये सामावलेलं आहे आणि सर्वव्यापी आहे.

वैदूचे मंत्रोच्चारसुद्धा परिणामकारक ठरतात. त्याच प्रकारे हवाईतल्या काहुनाचे मंत्र असोत, नव्या विचाराच्या आणि ख्रिश्चन विज्ञानाच्या विविध शाखा असोत, नॅन्सी वैद्यकीय विचारधारा असो की अस्थिचिकित्सा वगैरे असो; ही सारी तंत्रं परिणामकारक असल्याचं आढळतं. या सर्व विचारधारा जाणिवेची पातळी गाठून त्यांचं सत्कार्य करतात.

मनुष्याचा त्रास, त्याच्या वेदना आणि त्याचं दुःख दूर करणारी कुठलीही पद्धत वा प्रकिया चांगलीच असते. अनेक प्रार्थनास्थळं हस्तस्पर्शाची पद्धत वापरतात; बाकी स्थळं पूजापाठ करण्यावर आणि पवित्र समाधीची यात्रा करण्यावर विश्वास ठेवतात; आपापल्या मानसिक स्वीकृतीनुसार किंवा धारणेनुसार प्रत्येकाला त्या-त्या क्रियांचा लाभ होतो.

तुम्ही ईश्वरासोबत एकटे उभे राहायला तयार होता; म्हणजे जेव्हा बाह्य गोष्टींना सामर्थ्य प्रदान करण्याचं थांबवता, बाह्य घटनांना शक्ती देणं थांबवता, म्हणजे जेव्हा मूळ कारण आणि परिणाम यांच्यात गल्लत करणं थांबवता, तुमच्या आतली आत्मिक शक्ती हेच एकमेव अस्तित्व आणि सर्वांचा मूलाधार असल्याचं जाणून तिला संपूर्ण मदत देऊ करता; तेव्हा तुम्हांला बाहेरच्या कसल्याही कुबड्यांची गरज लागत नाही. तुमचं शरीर घडवणारी

सजीव बुद्धिमत्ता, चैतन्य तुमच्या श्रद्धेला आणि धारणेला प्रतिसाद देते; आणि त्यातून तुम्हांला तत्काळ आत्मिक इलाज मिळतो. केवळ प्रार्थनेद्वारे आपले दात उगवू शकतात अशी तुमची ठाम श्रद्धा नसेल; तर अर्थातच तुम्हांला दंतवैद्याची मदत घ्यावी लागेल. असा दंतवैद्य मिळण्यासाठी आणि त्यानं दातांची सुयोग्य, ईश्वरदत्त अशी मांडणी करावी यासाठी प्रार्थना करावी लागेल. जोवर तुमचा बाह्य कारणांवर विश्वास आहे, तोवर त्यांवरचे उपायही तुम्हांला बाहेरच शोधावे लागतील.

कल्पनाशक्तीचं सामर्थ्य अधिक चांगल्या प्रकारे समजावून सांगण्यासाठी मी तुम्हांला माझ्या एका जवळच्या नातेवाइकाची गोष्ट सांगतो. त्यांना क्षयरोग होता. त्यांची फुफ्फुसं रोगग्रस्त होती, म्हणून त्यांच्या मुलानं वडलांना बरं करण्याचं ठरवलं. तो घरी वडलांकडे पश्चिम ऑस्ट्रेलियात पर्थला आला. त्यानं वडलांना सांगितलं की, त्याला एक भिक्षू भेटला होता आणि त्या भिक्षूकडून त्यानं येशूच्या खरोखरच्या क्रुसाचा एक तुकडा पाचशे डॉलर्सना विकत घेतला होता. (या तरुणानं खरं तर रस्त्यावरून एक लाकडाचा तुकडा उचलला होता आणि तो खरा वाटावा यासाठी एका सोनाराकडून त्याला अंगठीत जडवून घेतलं होतं.) या अंगठीच्या किंवा क्रुसाच्या नुसत्या स्पर्शानं कित्येक लोक व्याधिमुक्त झाले होते असं त्यानं वडलांना सांगितलं. त्यानं वडलांची कल्पनाशक्ती इतकी जागवली की, त्या वृद्धानं ती अंगठी त्याच्याकडून खेचून घेतली, आपल्या छातीवर ठेवली आणि मनात प्रार्थना करून ते झोपी गेले. सकाळी ते बरे झालेले होते; सर्व वैद्यकीय चाचण्या हेच दर्शवत होत्या.

तुम्ही अर्थातच हे जाणता की, रस्त्यावर पडलेल्या त्या लाकडाच्या तुकड्यानं त्यांना बरं केलं नाही. उच्च पातळीपर्यंत जागृत झालेल्या त्यांच्या कल्पनाशक्तीचा आणि पूर्णपणे बरं

होण्याच्या विश्वासपूर्ण अपेक्षेचा तो परिणाम होता. कल्पनाशक्तीला श्रद्धेची किंवा अलौकिक जाणिवेची जोड मिळाली होती. दोहोंच्या संयोगानं इलाज झाला. वडलांना त्यांच्या मुलाची ही युक्ती कधीच समजली नाही; समजली असती तर कदाचित ते पुन्हा आजारी पडले असते. ते पूर्णपणे बरे झाले आणि पंधरा वर्षांनंतर वयाच्या एकोणनव्वदाव्या वर्षी वारले.

इथं लॉस एंजलिसमधल्या एका उद्योजकांना मी ओळखतो. ते त्यांच्या क्षेत्रात शिखरावर पोहोचलेले आहेत. त्यांनी मला सांगितलं की, गेल्या तीस वर्षांत सर्व महत्त्वाचे निर्णय त्यांनी संत पॉलशी काल्पनिक चर्चा करून घेतलेले आहेत. मी त्यांना विस्तारानं सांगण्याचं विनवलं. मग ते म्हणाले, 'उद्योग जगतातले फार थोडे लोक हे जाणतात की, बायबलच्या लेखकांकडून किंवा महान साधूंकडून सल्ला घेत असल्याचं नाट्य कल्पनेत उभं केल्यास त्यांना किती मोलाचं मार्गदर्शन आणि सल्ले मिळू शकतात.'

या यशस्वी उद्योजकानं जे सांगितलं, ते त्यांच्याच शब्दांत मांडण्याचा प्रयत्न मी करतो – अनेक वेळा माझ्या निर्णयांवर कंपनीची भरभराट किंवा दिवाळखोरी अवलंबून असे. त्यामुळे माझी मनःस्थिती द्विधा होत असे, दोलायमान होत असे. मला उच्च रक्तदाबाची व्याधी जडली आणि हृदयविकारही जडला. एके दिवशी मला कल्पना सुचली – आपण येशूला किंवा पॉलला का बरं विचारू नये? मला संत पॉलची पत्रं आवडत; म्हणून कधीही मला एखादा महत्त्वाचा निर्णय घ्यायचा असल्यास मी कल्पना करत असे की, पॉल मला म्हणत आहेत – तुझा निर्णय अगदी योग्य आहे; त्यामुळे कंपनीला फार लाभ होईल. माझ्या पुत्रा, तुला माझा आशीर्वाद आहे. ईश्वराच्या मार्गावरून चालत राहा. पॉलला पाहण्याची आणि त्यांचे बोल ऐकण्याची कल्पना केल्यानंतर शांतीची आणि आंतरिक

समाधानाची एक लहर माझ्यातून दौडत जायची. मग माझ्या सर्व निर्णयांविषयी मी समाधानी असायचो.

आपल्या योग्य कृतीबद्दल स्वतःला विश्वास देण्यासाठी कल्पनाशक्तीद्वारे ईश्वरी मार्गदर्शन मिळवणं हा त्या उद्योजकाचा मार्ग होता. बुद्धिमत्तेचं एकच तत्त्व जगात आहे; ईश्वर मला आता मार्ग दाखवतो आहे आणि जीवनातली ती एकमेव योग्य कृती आहे असं म्हणणं आणि तसं मानणंच पुरेसं आहे.

ट्रोवर्डच्या म्हणण्यानुसार, मन हे तर्कविधानाप्रमाणे काम करतं. जर गृहीतक बरोबर असलं; तर अनुमान किंवा निष्कर्षही बरोबर निघेल. अंतर्मन हे नेहमीच तर्कसंगत विचार करतं आणि त्याचा उत्तरार्ध किंवा निष्कर्ष नेहमीच पूर्वार्धाशी सुसंगत असतो. तुमच्या मनात योग्य प्रमेय ठेवा; तुमच्याकडून आपोआप योग्य कृती होईल. मनाची आंतरिक हालचाल म्हणजे कृती. आपल्याकडून होणारी कृती म्हणजे अंतर्मनातल्या विचारांना, भावनांना आपल्या शरीरानं दिलेले उत्स्फूर्त प्रतिसाद असतात. कल्पना करा की, तुम्ही उत्तम निर्णय घेतला असून त्याबद्दल तुमचा मित्र अथवा सहकारी तुमचं अभिनंदन करतोय. तो तुम्हांला, 'अभिनंदन श्री. --- (इथं तुमचं नाव असेल)' म्हणतोय अशी कल्पना करा, त्याचे शब्द कल्पनेनं ऐकण्याचा प्रयत्न करा. मग तुम्ही योग्य कृती करायला नक्कीच प्रवृत्त व्हाल.

गटेनं अडचणींचा आणि पेचांचा सामना करताना नेहमी कल्पनाशक्ती वापरली. त्याचे चरित्रकार सांगतात की, कित्येक तास काल्पनिक संभाषणं करत बसण्याची सवय त्याला होती. आपला मित्र समोरच्या खुर्चीत बसून आपल्याला योग्य सल्ले देत असल्याची कल्पना तो करत असे हे सर्वश्रुत आहे. दुसऱ्या शब्दांत, कुठलीही समस्या भेडसावत असल्यास त्याचा मित्र त्याला बरोबर किंवा योग्य मार्ग दाखवत आहे अशी तो कल्पना करत असे. त्या वेळी त्या

मित्राच्या नेहमीच्या हावभावांची, आवाजातल्या चढउतारांचीही कल्पना तो रंगवत असे. त्यायोगे ते संपूर्णतया काल्पनिक दृश्य होता होईल तेवढं वास्तव आणि सुस्पष्ट दिसत असे.

न्यूयॉर्क शहरातला एक शेअरदलाल माझ्या चांगल्या ओळखीचा होता. तो तिथल्या स्टाइनवे हॉलमधल्या माझ्या व्याख्यानांना हजेरी लावत असे. आर्थिक समस्या सोडवण्याची त्याची पद्धत एकदम सोपी होती. तो एका अब्जाधीश बँकर मित्रासोबत मनात काल्पनिक संभाषणं करत असे. तो मित्र त्याच्या हुशारीच्या आणि सुयोग्य निर्णयाबद्दल त्याचं अभिनंदन करत असे आणि योग्य जागी गुंतवणूक केल्याबद्दल त्याची वाखाणणीही करत असे. हे काल्पनिक संभाषण तो इतकं हुबेहूब घडवून आणायचा की, मानसिकरीत्या ती त्याची आंतरिक धारणा बनून राहत असे.

उस्पेन्स्कीचे विद्यार्थी निकोल्स म्हणत, 'तुमच्या आंतरिक संवादाकडे लक्ष ठेवा आणि तो तुमच्या ध्येयाशी सुसंबद्ध असेल, याची खबरदारी घ्या.'

या दलालाचा आंतरिक संवाद किंवा त्याचे आंतरिक संभाषण या गोष्टी स्वतःसाठी आणि त्याच्या ग्राहकांसाठी योग्य गुंतवणूक करण्याच्या त्याच्या ध्येयाशी नक्कीच जुळत होत्या. त्यानं मला सांगितलं की, व्यावसायिक जीवनात त्याचा प्रमुख उद्देश इतरांसाठी पैसे कमावण्याचा आणि त्याच्या योग्य सल्ल्यामुळे इतरांची उन्नती होत असल्याचं पाहण्याचा होता. उघडच आहे की, तो मनाचे नियम रचनात्मक रितीनं वापरत होता.

प्रार्थना ही सवय असते. हा दलाल नियमितपणे आणि दिवसभरात वारंवार मनःप्रतिमा रेखाटत असे; ती दृढ सवय त्यानं स्वतःला लावून घेतली होती. अलौकिकात, अमूर्तात जे

साकार होतं; तेच लौकिकात दृश्यरूपात व्यक्त होतं. जी प्रतिमा बाह्यमनात सदैव रंगवली जाते, तीच अंतर्मनाच्या तळघरात रुजते आणि प्रत्यक्षात साकार होते. यासाठी मनाच्या पडद्यावर काल्पनिक चित्रपट वरचेवर पाहत जा. तुमच्या मनाच्या पडद्यावर तो वारंवार प्रदर्शित करण्याची सवय लावून घ्या. काही काळानंतर ती एक निश्चित, सवयीची गोष्ट बनेल. मनश्चक्षूनं पाहिलेला हा आंतरिक चित्रपट प्रत्यक्षात साकार होईल.

अनेक लोक त्यांच्या द्विधावस्था आणि समस्या कल्पनेच्या खेळातून सोडवतात; कारण त्यांना माहीत असतं की, वास्तव म्हणून ते जे कल्पतील आणि समजतील; तेच प्रत्यक्षात घडून येईल – घडायलाच हवं.

एक युवती एका गुंतागुंतीच्या खटल्यात अडकलेली होती. तो खटला पाच वर्षं चालला. तो पुनःपुन्हा प्रलंबित होत होता. निकाल काही दृष्टिक्षेपात येत नव्हता. माझ्या सल्ल्यानुसार तिनं अशी कल्पना करायला सुरुवात केली की, खटल्याचा निकाल लागून त्यासंबंधानं तिचा वकील तिच्याशी उत्साहात चर्चा करतो आहे. ती जणू त्याला प्रश्न विचारत असून तो उत्तरं देत आहे. मग मानसिक उपचारांच्या फ्रेंच विचारधारेनुसार तिनं ही संपूर्ण प्रक्रिया सोपी करून एका वाक्याची बनवली. मग तिनं कल्पनेतल्या वकिलाला ते वाक्य पुनःपुन्हा म्हणायला लावलं. ते वाक्य असं होतं – एकदम योग्य असा, सद्भावाचा तोडगा निघाला आहे. हा खटला न्यायालयाच्या बाहेरच परस्पर सहमतीनं निकालात निघाला आहे.

उसंतीचा एकही क्षण मिळेल तेव्हा ती या मानसिक चित्राकडे पाहत बसायची. कपभर कॉफीसाठी रेस्टॉरंटमध्ये थांबली असताना;

या चित्रपटातील हावभाव, आवाज आणि ध्वनियंत्रणा यांसह; ती मनात हा काल्पनिक चित्रपट चालवत असे. वकिलाच्या बोलण्याचा आवाज, त्याचं स्मित आणि त्याची वर्तणूक हे सारं तिला सहज कल्पिता येत असे. हा मानसिक चित्रपट तिनं इतक्या वेळा चालवला की, तिच्यासाठी ती एक सवयीची गोष्ट बनली – एक नियमित चाकोरी. ती गोष्ट तिच्या मनात लिहिलेली होती; किंवा बायबल म्हणतं त्याप्रमाणे ते तिच्या हृदयात लिहिलेलं होतं आणि तिच्या अंतरंगात कोरलेलं होतं. तिचा निष्कर्ष होता – ही ईश्वरी कृती आहे, त्या अर्थी सर्वत्र सद्भावना आणि शांती आहे. (सद्भावना ही ईश्वरी गोष्ट आहे आणि कायदेशीर लढाईत तुम्हांला सद्भावाच्या तोडग्याचीच गरज असते.)

कल्पनाशक्तीच्या विज्ञानात सर्वप्रथम कल्पनेला शिस्त लावावी लागते; ती स्वैर होऊन चालत नाही. विज्ञानात शुद्धता अपेक्षित असते. एखादं शुद्ध रसायन हवं असेल, तर तुम्हांला त्यातून इतर पदार्थ आणि घटक काढून टाकावे लागतील. दुसऱ्या शब्दांत, तुम्हांला त्यातलं हीन काढून टाकावं लागेल.

कल्पनेच्या विज्ञानात भय, चिंता, विघातक आंतरिक संवाद, स्व-धिक्कार आणि इतर नकारात्मक बाबी यांच्याशी असणारी मानसिक एकरूपता अशी सर्व मानसिक अशुद्धी काढून टाकाव्या लागतात. तुमच्या आदर्शावर तुमचं सारं लक्ष केंद्रित असायला हवं आणि जीवनातल्या तुमच्या उद्देशापासून वा ध्येयापासून ढळण्यास तुम्ही साफ नकार दिला पाहिजे. आदर्शावर प्रेम करून आणि त्याच्याशी निष्ठावंत राहून तुम्ही जसजसं त्याच्या सत्यतेत मनानं गुंतत जाल, तसतशी तुमची इच्छा वास्तवात उतरत असल्याचं तुम्हांला दिसेल.

जोशुआच्या पुस्तकात म्हटलेलं आहे, 'तुम्ही कुणाची चाकरी करणार आहात, ते आज निवडा. तुमची निवड ही असू द्या की, मी फक्त सुंदर आणि मंगल गोष्टींची कल्पना करणार आहे.'

कल्पनेच्या ईश्वरदत्त शक्तीचा क्रूर दुरुपयोग करणाऱ्या अनेकांना मी ओळखतो; त्यांच्याशी मी प्रत्यक्ष बोललोसुद्धा आहे. उदाहरणार्थ, एखादी आई अशी कल्पना करते की, तिच्या मुलासोबत काहीतरी दुर्घटना घडलेली आहे; कारण त्याला घरी यायला विलंब झाला आहे. ती कल्पना करते की, मुलाचा अपघात झाला असेल, तो हॉस्पिटलमध्ये असेल वगैरे.

सारे व्यवहार भरभराटीनं चालू असतानाही एखादा व्यावसायिक केवळ नकारात्मक गोष्टींचाच विचार करत राहतो हे कल्पनेच्या विनाशकारी वापराचं आणखी एक उदाहरण. तो कार्यालयातून घरी परत येतो, तेव्हा मनात अपयशाचा चित्रपट पाहतो – सारी फडताळं रिकामी आहेत, लवकरच दिवाळखोरी होणार आहे, बँकेतलं खातं रिकामं आहे, धंदा बुडाला आहे अशा कल्पना तो करतो. खरं तर सर्व काळ त्याचा धंदा फोफावतो आहे. त्याच्या मनातल्या या नकारात्मक प्रतिमेला वास्तविक काडीचाही आधार नाही; ते एक धादांत असत्य आहे. दुसऱ्या शब्दांत, त्याला ज्या गोष्टींची भीती वाटते; त्या केवळ त्याच्या रोगट कल्पनेत अस्तित्वात आहेत. जर त्यानं या कल्पनेला भयाचं खतपाणी घातलं नाही, तर हे अपयश त्याच्या वाट्याला कधीही येणार नाही; पण तो सदोदित हीच मानसिक प्रतिमा पाहत राहिला, तर अर्थातच तो हे अपयश खरं करून दाखवेल. यश आणि अपयश असे दोन्ही पर्याय समोर असताना त्यानं अपयश निवडलं असंच म्हणावं लागेल.

काही लोक कायमस्वरूपी चिंताग्रस्त असतात; काही चांगलं वा सुंदर त्यांच्या डोक्यातच येत नाही. काहीतरी वाईट वा विध्वंसक होणार आहे हे जणू त्यांना नेहमी माहीत असतं. काहीतरी चांगलं का घडावं किंवा घडेल याचं एकही कारण त्यांच्याकडे नसतं. तथापि काहीतरी भयानक आणि वाईट का घडेल याची कित्येक कारणं ते देऊ शकतील.

असं का होतं? कारण सरळ आहे–नकारात्मकता ही या लोकांची सवय असते; म्हणजे त्यांचे बहुसंख्य विचार नकारात्मक, गोंधळलेले, विनाशकारी आणि रोगट स्वरूपाचे असतात. नकारात्मक विचारांची सवय जसजशी अंगवळणी पडत जाते, तसतसे ते त्यांच्या अंतर्मनाला नकारात्मक बनवत राहतात. त्यांच्या कल्पनेवर त्यांच्या प्रमुख मनोवस्थेचा आणि भावनांचा पगडा असतो; म्हणून ते केवळ वाईटच चिंतू शकतात, अगदी त्यांच्या प्रिय व्यक्तींविषयीसुद्धा.

उदाहरणार्थ, त्यांचा मुलगा सैन्यात असेल; तर ते कल्पना करतील की, त्याला सर्दी होईल, तो दारुडा बनेल, तो चारित्र्यहीन बनेल; किंवा तो लढाईवर गेलेला असेल, तर ते कल्पना करतात की, त्याला गोळी लागेल. अशा तऱ्हेतऱ्हेच्या विनाशकारी प्रतिमांनी त्यांचं मन भरून जातं. त्यांच्या मनावर नकारात्मक सवयीचं गारुड असतं. त्यामुळे त्यांच्या प्रार्थना फुकट जातात.

आत्ताच निवड करा. विधायक आणि सद्भावपूर्ण विचार करा. विचार करणं म्हणजेच स्वतःशी बोलणं. तुमचे विचार तुमचे शब्द बनतात. शब्द मधाळ असू द्या, कानांना गोड लागतील आणि हृदयाला सुखकारी ठरतील असे. रुपेरी चित्रांतल्या सोनेरी सफरचंदासारखे तुमचे शब्द असू द्या. आजचा वर्तमानकाळ पुढे चालून आपलं भविष्य बनणार आहे; तुमच्या अदृश्य शब्दांचं वा

विचारांचं दृश्य रूप म्हणजेच तुमचा भविष्यकाळ. तुमचे शब्द कानांना गोड लागतात काय? आत्ता या क्षणी तुमच्या मनात कुठला आंतरिक संवाद चालू आहे? तो संवाद कुणी ऐकू शकत नाही; तो तुमचा स्वतःचा मूक विचार असतो. कदाचित तुम्ही स्वतःशी म्हणत असाल, मी हे करू शकत नाही; हे अशक्य आहे. माझं वय उलटून गेलंय. यशाची शक्यता ती काय? अनेकांना जमत असेल, पण मला नाही. माझ्याकडे पैसा नाही. मला हे परवडत नाही, ते परवडत नाही. मी प्रयत्न करून पाहिला होता; काही उपयोग होत नाही. तुम्हांला दिसेलच की, तुमचे शब्द मधुर नाहीत; ते कानांना गोड लागत नाहीत; ते तुमची मनोवस्था उंचावणारे नाहीत किंवा प्रेरणादायी नाहीत.

उस्पेन्स्की नेहमी अंतर्भाषणाचे, स्वसंवादाचे किंवा आंतरिक बोलण्याचे महत्त्व ठसवत असे. मनातून तुम्हांला काय वाटतं ते महत्त्वाचं आहे; कारण आतलंच प्रतिबिंब बाहेर उमटतं. तुमचा आंतरिक संवाद हृदयाला सुखकारी आहे का? तो तुमची मनोवस्था उंचावतो का? तुम्हांला थरारून टाकतो का? तुम्हांला आनंद देतो का?

आता नेहमी असं जाणीवपूर्वक म्हणण्याचं ठरवून घ्या या क्षणापासून पुढे; माझ्या मनात मी केवळ अशाच कल्पनांना आणि विचारांना थारा देईन; ज्यांच्यायोगे मला आरोग्य, सुख, प्रेरणा आणि बळ मिळेल. इथून पुढे तुमचे शब्द रुपेरी चित्रातल्या सोनेरी सफरचंदाप्रमाणे असू द्या. सफरचंद हे एक स्वादिष्ट फळ आहे. सोनं म्हणजे शक्ती. रुप्याच्या चित्राचा बायबलमधला अर्थ आहे, तुमच्या आकांक्षा. तुम्हांला गोष्टी कशा हव्या आहेत त्याचं निदर्शक तुमच्या मनातली चित्रं असतात. तुमच्या इच्छापूर्तीचं ते चित्र असतं. ते चित्र एखाद्या नव्या हृद्याचं अथवा आरोग्याचं असू शकतं. तुमच्या

शब्दांचं, मूक आंतरिक विचारांचं आणि भावनांचं तुमच्या रुपेरी चित्राशी किंवा तुमच्या आकांक्षांशी तादात्म्य असू द्या. आकांक्षा आणि भावना एका मानसिक बंधनात एकत्र येऊन आपल्या प्रार्थनेचं फळ बनतात.

बायबलच्या कल्पनेचं अनुसरण करा आणि तुमचे शब्द कर्णमधुर असू द्या. तुम्ही तुमचे कान कशाला देत आहात? तुम्ही आत्ता काय ऐकत आहात? तुम्ही कशाकडे लक्ष देत आहात? तुम्ही ज्या कशाकडे लक्ष पुरवाल; ते तुमच्या अनुभूतीत फोफावेल, मोठं होईल आणि कित्येक पटींनी वाढेल.

श्रद्धा ही श्रवणातून येते असं पॉल म्हणतात. महान ईश्वरी सत्यवचनं ऐका. ईश्वराचा आवाज ऐका. ईश्वर कुठल्या भाषेत बोलतो? ती भाषा लॅटिन, फ्रेंच वा इटालिअन नाही; ती वैश्विक भाषा आहे; ती प्रेम, शांती, आनंद, सुसंवाद, श्रद्धा, विश्वास तसेच सद्‍भावना यांची भाषा आहे. हे गुण मनोमन ग्रहण करत चला. तुम्ही असं करत राहिलात; तरच या सकारात्मक, टिकाऊ गुणांची तुमच्यात जोपासना होईल. तुम्ही प्रेमाच्या नियमानं वागू लागाल.

तुम्ही हे प्रसिद्ध वचन अनेकदा ऐकलं आहे की, मनुष्य हा ईश्वराच्या प्रतिमेत आणि ईश्वरासम घडवला गेलेला आहे. म्हणजे तुमचं मन हे ईश्वराचं मन आहे, कारण मन तर एकच आहे. तुमचा आत्मा हा ईश्वराचा आत्मा आहे. ईश्वर ज्या नियमांनी नव्या गोष्टी घडवतो, त्याच नियमांनी तुम्हीही नव्या गोष्टी रचता. तुमचे अनुभव, स्थिती, परिस्थिती, वातावरण आणि तसंच तुमचं शारीरिक आरोग्य, तुमची आर्थिक स्थिती आणि तुमचं सामाजिक जीवन वगैरे सारं तुमच्या मानसिक प्रतिमांतून आणि तुमच्यासारखंच घडत असतं.

समान गोष्टी एकमेकांकडे आकर्षित होतात. जग हा एक आरसा आहे. विचार, भावना, धारणा आणि आंतरिक संवाद यांतून बनलेल्या तुमच्या आंतरिक जगाचं ते प्रतिबिंब असतं.

जर तुम्ही अशी कल्पना करू लागलात की, दुष्ट शक्ती तुमच्याविरुद्ध काम करत आहेत किंवा तुम्हांला एखादा अपशकुन झाला आहे किंवा लोक तुमच्याविरुद्ध वागत आहेत, तर तुमच्या मनातल्या या नकारात्मक प्रतिमेला आणि भयाला तुमच्या आंतरिक मनातूनसुद्धा तसाच प्रतिसाद मिळेल; म्हणून मग तुम्ही खरोखर म्हणू लागाल की, सर्व काही तुमच्या विरोधी आहे किंवा ग्रहतारे तुमच्या विरुद्ध आहेत. कदाचित तुम्ही कर्माचं फळ, पूर्वजन्मीचं संचित यांवर किंवा एखाद्या राक्षसी शक्तीवर याचं खापर फोडू पाहाल.

खरं तर अज्ञान हेच एकमेव पाप आहे. वेदना ही शिक्षा नव्हे; तुमच्या आंतरिक सामर्थ्याच्या दुरुपयोगाचं ते फळ आहे. शेवटी हे सत्य समजून घ्या की, आत्मिक शक्ती एकमेव असते. तिचं काम तुमच्या मनातल्या विचारांच्या आणि प्रतिमांच्याद्वारे चालतं. माणसाच्या आयुष्यात समस्या, चिंता आणि अडचणी केवळ याचमुळे असतात की, तो नेहमी भयग्रस्त असतो आणि चुकांना बळी पडत असतो. त्याला केंद्राकडे म्हणजे आंतरिक ईश्वरी अस्तित्वाकडे परतायला हवं. तुमच्यातल्या आत्मिक शक्तीचं म्हणजेच जीवनतत्त्वाचं सार्वभौमत्व आणि अधिकार मान्य करा. ईश्वरी मार्गदर्शन, बळ, पोषण, शांती मागा. मग ही शक्ती तसाच प्रतिसाद देईल.

एखादी कल्पना किंवा मनःप्रतिमा निश्चितपणे आणि सकारात्मकतेनं अंतर्मनापर्यंत कशी पोहोचवावी, हे मी आता दाखवणार आहे. मनुष्याचं बाह्यमन हे वैयक्तिक आणि काटेकोर

असतं. केवळ एखाद्या गोष्टीचा छडा लावण्यासाठी ते निवड करतं, पसंत करतं, तुलना करतं, विश्लेषण करतं, चिरफाड करतं. आनुमानिक आणि तार्किक विचार करण्याची त्याची क्षमता असते. अंतर्मन हे बाह्यमनाच्या प्रभावाखाली असतं. ते जणू बाह्यमनाचं चाकर असतं. ते बाह्यमनाची आज्ञा पाळतं. बाह्यमनाच्या विचारांत शक्ती असते. विचार ही तुमच्या परिचयाची बाब आहे. तुमच्या विचारांच्या मागे उभी असणारी शक्ती म्हणजे मन, आत्मा किंवा ईश्वर. एकाग्र झालेले, एक विशिष्ट दिशा मिळालेले बाह्यमनातले विचार अंतर्मनाच्या पातळीवर पोहोचतात; त्यासाठी त्यांची एक विशिष्ट तीव्रता असावी लागते. मन एकाग्र केल्यावर ती तीव्रता प्राप्त होते.

लक्ष केंद्रित करणं म्हणजे केंद्राकडे परतणं आणि तुमच्या आत स्मित करत पहुडलेल्या असीम शक्तीविषयी विचार करणं होय. लक्ष केंद्रित करण्यासाठी तुम्हांला मनाची चक्रं थांबवून एका शांत, शिथिल मनोवस्थेत प्रवेश करावा लागतो. तुम्ही लक्ष केंद्रित करता, तेव्हा तुमचे सारे विचार एकत्र येऊन तुमच्या आदर्शावर, ध्येयावर, अथवा उद्दिष्टावर केंद्रित होतात. तुम्ही आता अशा केंद्रस्थानी उभे असता, जिथून तुम्ही तुमच्या मनःप्रतिमेकडे पूर्ण लक्ष देऊ शकता आणि तिला पूर्ण निष्ठा अर्पण करू शकता. केंद्रित विचारांचं कार्य सूर्यकिरणांना केंद्रित करू शकणाऱ्या भिंगासारखं काहीसं चालतं. सूर्याची सर्वत्र विखुरलेली ऊर्जा आणि एका केंद्रस्थानी एकवटलेली ऊर्जा यांतल्या उष्णतेचा फरक तुम्ही पाहू शकता. भिंगातून एकवटलेली किरणं एखाद्या गोष्टीवर रोखून तुम्ही ती गोष्ट जाळून टाकू शकता. तुमच्या मनःप्रतिमेकडे केंद्रित, स्थिरस्वरूपी लक्ष दिल्यानं तशीच तीव्रता साध्य होते आणि अंतर्मनाच्या संवेदनशील पटलावर त्याची सखोल, कायमस्वरूपी छाप उमटते.

अशी छाप पाडण्यासाठी तुम्हांला मनातलं हे नाट्य अनेक वेळा खेळवावं लागू शकतं. एखाद्या गोष्टीची सातत्यानं किंवा कायमस्वरूपी कल्पना करणं हेच ती गोष्ट तुमच्या मनात खोलवर रुजवण्याचं रहस्य आहे. दिवसभरात केव्हाही तुम्हांला भयानं किंवा चिंतेनं ग्रासलं, तर तुम्ही तुमच्या मनातल्या त्या सुंदर चित्राकडे पाहू शकता – तसं करून अंतर्मनाच्या तळघरात तुम्ही एक विशिष्ट मानसशास्त्रीय नियम राबवत आहात हे जाणून असा. असं करून तुम्ही त्या बीजाला जोपासत असता.

मनुष्याचं बाह्यमन हे मोटर आहे आणि अंतर्मन त्याचं इंजिन. तुम्ही फक्त मोटर चालू करा. इंजिन सारं काम करून घेईल. बाह्यमन हे अंतर्मनाला जागृत करणारं यंत्र आहे.

आपल्या आकांक्षा, कल्पना किंवा प्रतिमा यांना आपल्या अंतर्मनाप्रत पोहोचवण्याची पहिली पायरी म्हणजे शांत होऊन आपलं चित्त स्थिर करणं, स्तब्ध होणं, निवांत होणं. मनाच्या या शांत, निवांत स्थितीमुळं बाह्यघटकांचा आणि वाईटसाईट कल्पनांचा व्यत्यय होणं थांबतं आणि मग आपल्या आदर्शांचं मानसिक अधिग्रहण उत्तमपणे पार पडू शकतं. मनाच्या शांत, क्रियाविहीन, ग्रहणशील अवस्थेत मानसिक अधिग्रहणासाठी जवळजवळ काहीच प्रयत्न लागत नाहीत.

पुढे दुसऱ्या पायरीवर तुम्ही तुमची इच्छा फलद्रूप झाल्याची कल्पना करू लागता. एखादं घर विकण्याचं उदाहरण घेऊ या. वास्तू खरेदीविक्री करणाऱ्या दलालांना मी माझं घर कसं विकलं ते सांगितलं आणि तीच पद्धत वापरून त्यांनीही लक्षणीय यश मिळवलं. मी काय केलं होतं? माझ्या घराच्या समोरच्या बागेत मी एक फलक लावलेला होता – हे घर विकणे आहे. हा फलक लावल्यावर

दुसऱ्या दिवशी झोपी जात असताना मी स्वतःला विचारलं, 'समजा हे घर विकलं गेलं, मग पुढे तू काय करशील?'

मी उत्तरलो, 'मी तो फलक काढून अडगळीच्या खोलीत फेकून देईन. माझ्या कल्पनेत मी तो फलक धरला, जमिनीतून उखडून काढला, माझ्या खांद्यांवरून वाहून नेऊन अडगळीच्या खोलीत जमिनीवर फेकला आणि त्या फलकाला उद्देशून विनोदानं म्हटलं, 'मला आता तुझी गरज नाही.' हे सारं अखेर संपलं या भावनेनं कल्पनेतही मला हायसं वाटलं. दुसऱ्याच दिवशी एका माणसानं मला ठेव म्हणून डॉलर्स दिले आणि तो म्हणाला, 'हा फलक आता उतरवून टाका; आपण कायदेशीर करार करून घेऊ.'

मी तत्काळ तो फलक खेचला आणि अडगळीत टाकला. मनातल्या घटनांप्रमाणेच बाह्यजगातल्या घटना घडल्या होत्या. यात नवं काही नाही. जे आत, तेच बाहेर; म्हणजे ज्याची प्रतिमा अंतर्मनावर उमटते, तेच आपल्या बाह्यजीवनात प्रकटतं.

ही पद्धत किंवा हे तंत्र बायबलपेक्षाही जुनं आहे. आपल्या अंतर्मनातल्या प्रतिमेचं प्रतिबिंब बाहेरच्या जगात उमटत असतं. आंतरिक क्रियेच्या मागोमाग बाह्यक्रिया घडून येते.

एका फार मोठ्या संघटनेनं त्यांचं काही आध्यात्मिक कार्य करण्यासाठी मला बोलावलं होतं. त्यांचे खाणकाम आणि इतर उद्योग यांवर अनेक जण चुकीच्या मार्गानं डोळा ठेवून होते. कायदेशीर लांड्यालबाड्या करून ते लोक या कंपनीला सतावत होते – येनकेन प्रकारेण काहीतरी घशात घालण्याचा त्यांचा डाव होता. कंपनीच्या वकिलाला मी सांगितलं की, एक सुयोग्य, सद्भावाचा तोडगा निघाल्याबद्दल या कंपनीचे अध्यक्ष त्याचं अभिनंदन करत आहेत असं नाट्य त्यानं स्पष्टपणे त्याच्या कल्पनेत रंगवावं. हे चित्र मनात

वारंवार रंगवत असताना त्याच्या अलौकिक बुद्धीतून काही कल्पना प्रकटल्या. त्याच्याच शब्दांत सांगायचं, तर कोण जाणे कुठून या कल्पना डोक्यात आल्या! मग त्यानं त्या कल्पनांचा पाठपुरावा केला आणि अल्पावधीतच तो खटला निकाली लागला.

एखाद्यावर बँकेचं कर्ज असताना ते चुकवण्याची मात्र त्याची ऐपत नसेल, तर त्यानं श्रद्धेनं हे तत्त्व आचरणात आणावं – त्याचं अंतर्मन त्याला नक्की पुरेसे पैसे पुरवेल. कसे, केव्हा, कुठे किंवा कुठून, त्याची चिंता नको. तुम्हांला ठाऊक नसलेले मार्ग अलौकिक मनाकडे जातात; ते शोधून काढण्याच्या पल्याड असतात. मनुष्यानं स्वतःचं हित साधावं, यासाठी ईश्वरानं पुरवलेलं ते एक साधन किंवा अवजार आहे. कर्जाचा हप्ता फेडण्याचे पैसे नसणाऱ्या या माणसानं बँकेत परतफेडीचा धनादेश किंवा रोकड जमा करत असल्याची, म्हणजे प्रत्यक्षात कॅशिअरला ती रक्कम देत असल्याची कल्पना करावी. या मनःप्रतिमेत किंवा अशा काल्पनिक क्रियेत संपूर्ण मन लावून तिला वास्तव आणि नैसर्गिक बनवणं महत्त्वाचं आहे. हे काल्पनिक नाट्य जितकं मन लावून रंगवता येईल, तितकी ही काल्पनिक क्रिया अंतर्मनावर जास्त ठसेल. तुम्ही कल्पनेनं बँकेत फेरफटका मारा. हे वास्तव आणि सत्य मनोमन इतकं रंगवा की, प्रत्यक्षात तसंच घडून येईल.

रविवार सकाळच्या आमच्या व्याख्यानाला एक तरुणी नियमितपणे येत असे. पूर्वी या व्याख्यानांना येण्यासाठी तिला तीन वेळा बस बदलायला लागायची आणि दर रविवारच्या या प्रवासाला तिला दीड तास लागायचा. माझ्या एका भाषणात मी एका तरुणाची गोष्ट सांगितली होती की, त्यानं कारसाठी प्रार्थना केली आणि त्याला ती मिळाली. हे ऐकून त्या तरुणीनं घरी जाऊन एक प्रयोग केला. त्याबद्दल तिनं मला लिहिलेल्या पत्राचा काही अंश तिच्या

अनुमतीनं पुढं छापला आहे–

प्रिय डॉ. मर्फी,

मला एक कॅडीलॅक अशी मिळाली – दर रविवारी आणि मंगळवारी आपल्या व्याख्यानांना हजेरी लावण्यासाठी मला कॅडीलॅक हवी होती. माझ्या कल्पनेत मी प्रत्यक्षात कार चालवत असल्याच्या साऱ्या क्रिया पार पाडल्या. मी शोरूममध्ये गेले. तिथल्या विक्रेत्यानं मला एका कारमध्ये बसवून फिरवून आणलं. मी स्वतःसुद्धा बरेच अंतर कार चालवली. ती कॅडीलॅक कार माझीच आहे, असं मी पुनःपुन्हा म्हटलं. दोन सप्ताहांहून अधिक काळ मी नेटानं अशा मनःप्रतिमा रंगवत राहिले की, मी कारमध्ये बसते आहे, चालवते आहे, तिचं आसन अनुभवते आहे इत्यादी. मग मागच्या रविवारी मी तुमच्या सभेला कॅडीलॅक चालवत आले – इंगलवूडमधले माझे काका वारले; त्यांनी त्यांची कॅडीलॅक आणि संपूर्ण इस्टेट माझ्या नावे केली आहे.

कर्जाची परतफेड करण्यासाठी पैसे कसे मिळतील हे तुम्हांला माहीत नसले, तरी काळजी नको. चिंता करणं म्हणजे तुमच्या स्वप्नपूर्तीत अडथळा आणणं, निर्मितीची प्रक्रिया थांबवणं. लक्षात असू द्या की, तुमच्या हाकेला ओ देऊन तुम्हांला सर्व काही पुरवण्याची क्षमता असलेली एक शक्ती तुमच्या आत आहे. तुम्ही ठामपणे आणि विश्वासानं म्हणू शकता की, माझं घर कर्जमुक्त आहे आणि समृद्धी ओसंडून वाहत आहे. तुमच्या प्रार्थनेला कसं फळ मिळेल याविषयी शंका उपस्थित करू नका. ज्या गोष्टी आवश्यक आहेत,

त्या तुम्ही अर्थातच कराल. तुमचं अंतर्मन तुमच्याकडून सारं काही करून घेत असतं याची जाणीव ठेवा, कारण तुमच्या आकांक्षा पूर्ण करण्यासाठी काय जरुरीचं आहे हे अंतर्मन जाणतं. कर्जाची संपूर्ण परतफेड झाल्याचं पत्र बँकेकडून तुम्हांला मिळाल्याची कल्पना तुम्ही करू शकता; त्या कल्पनेत आनंद घेऊ शकता. हे काल्पनिक पत्र तुमच्या मनात जागवत ठेवा, जेणेकरून तो ठाम विश्वास बनेल.

तुम्ही ज्या कशाला सत्य समजून चालाल, ते प्रत्यक्षात घडवू शकणारी एक शक्ती तुमच्यात वास करतीये हे पक्कं लक्षात ठेवा. नुसतं बसून राहून, दिवास्वप्नं पाहून किंवा तुम्हांला जे हवं त्याचा पोकळ विचार करून या गोष्टी तुमच्याकडे आकर्षित होणार नाहीत. तुम्ही एक मानसिक नियम वापरत आहात हे तुम्हांला माहीत असायला हवं. प्रत्यक्षात तुमचा असा विश्वास हवा. मनोवांच्छित गोष्ट वास्तवात आणण्यासाठी तुमच्यातल्या ईश्वरदत्त शक्तीवर विश्वास ठेवा.

तुम्हांला काय हवं ते जाणून घ्या. त्याची नेमकी, नेटकी कल्पना तुम्हांला असेल; तर तुमचं अंतर्मन ती कल्पना साकार करेल. तुमची इच्छा पूर्ण झाल्याची स्पष्ट कल्पना करा; त्यातून तुम्ही तुमच्या अंतर्मनाला खाद्य पुरवत आहात. अंतर्मनाच्या फिल्मवर ते चित्र उमटेल. मग अंतर्मन हे चित्र विकसित करून भौतिक स्वरूपात तुमच्याकडे पाठवेल.

तुम्ही निवांत, आनंदी मनोवस्थेत कल्पना करता, तेव्हा हे कल्पनाचित्र अंतर्मनाच्या संवेदनशील फिल्मवर पडतं. चित्रणाचा कालावधीही महत्त्वाचा आहे; दोनतीन मिनटं किंवा अधिक. हा कालावधी तुमच्या स्वभावावर, भावनेवर आणि समजुतीवर अवलंबून असतो. लक्षात ठेवण्याजोगी महत्त्वाची गोष्ट ही की,

कालावधीपेक्षा तुमच्या जाणिवेची गुणवत्ता आणि भावनेची किंवा श्रद्धेची तीव्रता जास्त महत्त्वाची आहे. साधारणपणे सांगायचं, तर तुम्ही जितके अधिक एकाग्रचित्त असाल आणि या सरावाला जितका अधिक कालावधी द्याल, तितकं तुमच्या प्रार्थनेचं फळ अचूक असेल. जे तुम्हांला प्राप्त झाल्याची कल्पना तुम्ही कराल, ते तुम्हांला मिळेल. मनात विश्वास ठेवून तुम्ही ज्यासाठी प्रार्थना कराल, ते तुम्हांला मिळेल. विश्वास ठेवणं म्हणजे एखाद्या गोष्टीला सत्य म्हणून स्वीकारणं किंवा ते वास्तवात असल्याप्रमाणे जगणं होय. ही मनोवस्था टिकवून ठेवलीत, तर तुमची प्रार्थना फळाला आल्याचा आनंद तुम्हांला मिळेल!

प्रकरण तिसरे

यशाची कल्पना कशी करावी

ईश्वर त्याच्या कार्यात नेहमीच यशस्वी होतो. मनुष्यालाही यश मिळू शकतं; कारण मनुष्यामध्ये ईश्वर असतो. सर्व ईश्वरी गुण आणि शक्ती त्याच्यामध्ये सामावलेल्या असतात.

तुम्ही जिंकण्यासाठी, जीवनात विजयी होण्यासाठी, संकटांवर मात करण्यासाठी जन्माला आला आहात! ईश्वरी बुद्धिमत्ता, ज्ञान आणि सामर्थ्य तुमच्या आत याच एका प्रतीक्षेत असतात की, केव्हा तुम्ही त्यांना मुक्त कराल आणि तुमच्या सर्व समस्यांवर मात करण्यासाठी त्यांची मदत घ्याल.

लक्षात ठेवा, यशाच्या कल्पनेतच यशाचे सर्व घटक सामावलेले असतात. मनुष्यानं यश हा शब्द श्रद्धेनं आणि विश्वासानं स्वतःशी पुनःपुन्हा उच्चारला, तर माणसाचं अंतर्मन त्याला वास्तव म्हणून स्वीकारतं. आता यश मिळवण्याचं एक अलौकिक बंधन त्याच्यावर पडतं.

आपल्याला आपली धारणा आणि आपली मतं तर व्यक्त करावी लागतात. तुम्हांला नेमकं काय साध्य करायचं आहे हे

जाणून घेणं हाच यशस्वी होण्याचा उत्तम मार्ग आहे. तुम्हांला तुमची योग्य जागा ठाऊक नसेल किंवा तुम्हांला नेमकं काय करायचं आहे हे माहीत नसेल; तर तुम्ही अंतर्मनाकडून मार्गदर्शन घेऊ शकता. अंतर्मन तुम्हांला प्रतिसाद देईल आणि परिणामी, तुम्हांला एखाद्या विशिष्ट क्षेत्राची ओढ किंवा आवड जाणवायला लागेल.

तुमचं अंतर्मन तुमच्या विचारांना प्रतिसाद देतं. या मनाला काही वेळा अलौकिक मन असंही म्हटलं जातं. ते एका सुप्त बुद्धीला कार्यरत करतं. मग यशासाठी आवश्यक असलेल्या गोष्टी मनुष्याकडे आकर्षित करून आणण्याचं काम ती बुद्धी करते. मनुष्यानं आपल्या आवडीच्याच गोष्टी कराव्यात. तुम्ही आनंदी असाल तरच कुठल्याही कार्यात यशस्वी होऊ शकता.

तुमच्यामध्ये एक रचनात्मक शक्ती आहे हे सत्य स्वीकारा. ही तुमची पक्की धारणा बनू द्या. ही असीम शक्ती तुमच्या विचारांना प्रतिसाद आणि प्रतिक्रिया देते हे तत्त्व जाणल्यानं, समजल्यानं आणि वापरल्यानं मनातली शंका, भीती आणि चिंता हे हळूहळू लयाला जातात.

उदाहरणार्थ, कायम अपयशाचा विचार करणारा मनुष्य तसल्या विचारांनी अपयशच आकर्षित करेल. अपयशाचा विचार ही जणू अपयश मिळवण्याची विनंती आहे असं अंतर्मनाला वाटेल, कारण त्या मनुष्यानं सदैव केवळ अपयशाचंच चित्र रंगवलेलं असतं. अंतर्मन व्यक्तिगत निवड करू शकत नाही. ती त्या व्यक्तीलाच करावी लागते.

माझा एक व्यापारी मित्र सदैव म्हणतो – मी नेहमी बेरीज करतो, वजाबाकी कधीच नाही. अर्थ हा की, यश म्हणजे बेरजेचं चिन्ह आहे. तुमच्या विकासाची, संपत्तीची, शक्तीची, ज्ञानाची,

श्रद्धेची तसेच बुद्धीची बेरीज करत चला.

जीवन ही एक बेरीज आहे आणि मृत्यू म्हणजे वजाबाकी. उत्तम, उदात्त, सुंदर आणि ईश्वरी गोष्टींची कल्पना करून तुम्ही जीवनात भर घालता. मग तुम्हांला यश मिळतंच मिळतं. तुम्ही परिस्थितीचे किंवा वातावरणाचे गुलाम कधीच नसता. तुम्ही तर परिस्थितीचे स्वामी असता; पण सद्यःस्थितीस शरण गेलात, तर तुम्ही परिस्थितीचे बळी ठराल. तुमचे विचार बदलतात, तशी तुमची परिस्थितीही बदलते.

एका चित्रपट अभिनेत्यानं एकदा मला सांगितलं की, तो फारसा शिकलेला नव्हता; पण लहानपणापासून एक यशस्वी चित्रपट अभिनेता बनण्याचं त्याचं स्वप्न होतं. तो म्हणाला, 'मी भलेही गवत खुरपत असेन, गाईंना घरी घेऊन येत असेन किंवा त्यांचं दूध काढत असेन; पण मी सदैव एकाच कल्पनेत रममाण असायचो की, माझं नाव एका मोठ्या चित्रपटगृहात मोठाल्या अक्षरांमध्ये झळकतंय. मी कित्येक वर्षं हा क्रम चालू ठेवला. अखेर घरातून पळून जाऊन मी चित्रपट क्षेत्रात छोटीमोठी कामं मिळवायला लागलो. आणि शेवटी तो दिवस खरोखर आला, जेव्हा माझं नाव मोठाल्या अक्षरांमध्ये झळकत असल्याचं मी पाहिलं. मी लहानपणी जशी कल्पना करायचो ना, अगदी तसंच!' मग तो पुढे म्हणाला, 'कल्पनाशक्तीच्या सामर्थ्यानं यश कसं मिळतं हे मी जाणतो.'

तुमच्यासाठी यशाचा अर्थ काय आहे? तुमच्या नातेसंबंधांम ध्ये तुम्हांला निःसंशयपणे यशस्वी व्हायचं असतं. तुमच्या नोकरीत किंवा व्यवसायात तुम्हांला देदीप्यमान कामगिरी करायची असते. तुम्हांला एक सुंदर घर हवं असतं आणि सुखासमाधानानं जगण्यासाठी पैसा हवा असतो. तुमच्या आतल्या वैश्विक शक्तीच्या संपर्कात राहण्यासाठीच्या तुमच्या प्रार्थनेचं फळ मिळवायचं असतं.

तुम्हांला जे करायचंय, ते प्रत्यक्षात करत असल्याची; तुम्हांला जे हवंय, ते वास्तवात तुमच्याकडे असल्याची कल्पना करा. कल्पनाशक्तीला चालना द्या; तुम्ही यशस्वी झाल्याच्या कल्पनेत तल्लीन व्हा; जाणिवेची ही अवस्था वारंवार जगा; त्या अवस्थेची सवय जडवून घ्या; मग तुम्हांला दिसेल की, तुमची स्वप्नं फलद्रूप होण्याकडे तुमची वाटचाल होतीये. यशाची आणि समाधानाची भावना उरात घेऊनच रोज रात्री झोपी जा. अशा प्रकारे मग एक दिवस यशाची कल्पना तुमच्या अंतर्मनात रुजेल.

माझ्या ओळखीचा एक कारकून आहे. तो परवानाधारक औषधविक्रेता आहे. त्याला सप्ताहाचे चाळीस डॉलर्स मिळतात; अधिक विक्रीवरचं कमिशन मिळतं. वर्षानंतर त्यानं मला सांगितलं, 'मला निवृत्तीवेतन मिळेल आणि मी निवृत्त होईन.'

मी म्हटलं, 'तू स्वतःचं दुकान का थाटत नाहीस? इथून नीघ. तुझी दृष्टी उंचाव. मुलांसाठी मोठी स्वप्नं बघ. कदाचित तुझ्या मुलाला डॉक्टर बनायचं असेल किंवा तुझ्या मुलीला संगीतकार व्हायची इच्छा असेल.'

तो उत्तरला की, त्याच्याकडे अजिबात पैसा नव्हता. पण मग हळूहळू त्याला हे सत्य उमजायला लागलं की, तो ज्याला वास्तव समजेल; ते प्रत्यक्षात येईल.

तुमच्या उद्दिष्टाच्या दिशेनं पहिलं पाऊल म्हणजे कल्पनेचा मनात जन्म. दुसरं पाऊल म्हणजे त्या कल्पनेचं प्रकटीकरण. तो स्वतःचं दुकान चालवत असल्याची कल्पना करायला लागला. त्यानं त्यात मनःपूर्वक भाग घेणं सुरू केलं. मनोमन तो बाटल्या रचून ठेवायचा, औषध वाटप करायचा आणि त्याच्या दुकानात कित्येक कारकून ग्राहकांना सेवा देत असल्याचीही कल्पना करायचा. बँक

खात्यात भरपूर पैसे असल्याचं त्यानं कल्पनेत पाहिलं. मनोमन तो त्या काल्पनिक दुकानात काम करायला लागला. ती भूमिका तो एखाद्या कसलेल्या अभिनेत्याप्रमाणे जगायला लागला. (सारं वास्तव असल्याचा अभिनय मी करेन आणि मग मी तसाच बनेन.) या कारकुनानं स्वतःला पूर्णपणे या कल्पनेला वाहून घेतलं. त्याच्या कल्पनेतलं दुकान खरोखर त्याचं झाल्याप्रमाणेच तो जगायला लागला, वागायला लागला.

याच्यापुढचा भाग मजेदार आहे. नोकरी सोडून तो औषधी दुकानांच्या एका मोठ्या साखळीमध्ये दाखल झाला, तिथं व्यवस्थापक बनला आणि मग जिल्हा-व्यवस्थापक बनला. स्वतःचं औषधी दुकान सुरू करण्याइतपत पैसे चार वर्षांत त्यानं कमावले. त्या दुकानाला तो स्वप्नातलं दुकान म्हणायला लागला. 'ते अगदी मी माझ्या कल्पनेत पाहिलेलंच दुकान होतं.' तो म्हणाला. तो त्याच्या क्षेत्रात यशस्वी होऊन सुखी झाला.

मनात सदैव श्रद्धेची आणि सर्वोत्तमाची अपेक्षा बाळगणाऱ्या व्यक्तीला यशस्वी होण्यापासून आणि जीवनात पुढे जाण्यापासून कुणीही रोखू शकत नाही. याउलट जी व्यक्ती सदा निराश, नाराज, आजारी आणि दुर्मुखलेली असते; ती केवळ अपयशच आकर्षित करत राहते. भय म्हणजे दुसरंतिसरं काही नसून ईश्वरी मदतीवरचा अविश्वास होय; म्हणजेच श्रद्धेची जागा चुकली. चुकीच्या गोष्टीवरची श्रद्धा म्हणजे भीती. अभावावरची श्रद्धा किंवा मनुष्याचं भलं करण्यात हात आखडता घेतला जात आहे या भावनेवरची श्रद्धा म्हणजेच भीती.

पुत्रा, मी सदैव तुझ्यासोबत असतो आणि माझ्याकडचं सर्व काही तुझंच आहे. बायबलमधलं हे वचन नेहमी स्मरणात ठेवा.

तुम्हांला निकडीच्या असणाऱ्या साऱ्या गोष्टी अदृश्यात आहेत. तुम्हांला जरुरीच्या असलेल्या साऱ्या गोष्टी अमूर्त आहेत असंही म्हटलं जाऊ शकतं. आयुष्यात पुढे जायचं असेल, तर तुम्ही सध्या आहात त्यापेक्षा मोठं बनायची आकांक्षा तुम्हांला असली पाहिजे. अगोदर आकांक्षा येते, मग तुम्हांला हवं ते सारं प्रत्यक्षात आणण्याची क्षमता बाळगणाऱ्या आंतरिक शक्तीची जाणीव तुम्हांला होते. अंतर्मन हे तुमच्या साऱ्या इच्छा पूर्ण करण्याचं माध्यम आहे. नेहमीच्या सवयीचे विचार, भावना, मतं आणि धारणा यांद्वारे तुम्ही अंतर्मनाला आदेश देत असता. जागृत मनाच्या आदेशांचं पालन अंतर्मन करतं. नकारात्मक विचारांना जाणीवपूर्वक दूर ठेवलं, तर ते विचार तुमच्या अंतर्मनाला प्रभावित करू शकणार नाहीत. तुमच्यात प्रतिकारशक्ती तयार होईल.

उदाहरणार्थ, मी आरोग्यवान असलो असतो, तर माझ्या व्यवसायात मी कितीतरी अधिक यशस्वी झालो असतो असं तुम्ही म्हणत असाल; तर हे जाणून घ्या की, तुमचं शरीर हे तुमच्या मनाचं प्रकटीकरण आहे. अंतर्मन शरीराला घडवतं आणि त्याची सर्व अत्यावश्यक कार्यं नियंत्रित करतं. अंतर्मनातली कुठलीही कल्पना किंवा विचारधारा बदलण्याचं सामर्थ्य तुमच्या बाह्यमनाकडे आहे. हे तुम्हांला उमजलं, तर तुम्ही आरोग्याची कल्पना तुमच्या अंतर्मनावर ठसवू शकता. इथं ठाम धारणा आणि प्रामाणिक विश्वास आवश्यक असतात. सकारात्मक वाक्यांचा नेमका ठसा अंतर्मनावर उमटतो.

हे साध्य करण्याचा उत्तम मार्ग म्हणजे शिस्तबद्ध रितीनं किंवा वैज्ञानिक पद्धतीनं कल्पना करणं. उदाहरणार्थ, समजा, तुमचा गुडघा सुजलेला असेल आणि तुम्ही लंगडत असाल; तर अशी कल्पना करा की, तुम्ही त्याच साऱ्या गोष्टी करत आहात, ज्या तुम्ही एकदम तंदुरुस्त असताना केल्या असत्या. तुम्ही म्हणू शकता की, मी

बसमध्ये बसून फिरायला जाईन, मित्रांना भेटेन, घोडेस्वारी करेन, पोहायला जाईन किंवा गिर्यारोहण करेन. तुम्ही प्रथम कल्पनेत या मानसिक प्रवासाला निघा; तो जितका वास्तविक आणि साहजिक करता येईल, तितका करा. असे मानसिक प्रवास सदोदित करत राहा. तुम्हांला माहीत आहे की, आत्मप्रेरणा तुमचीच असते. सर्व प्रकारचे बदल अगोदर मनात किंवा जाणिवेत होतात आणि मगच भौतिक स्तरावर होतात.

जसं की, खुर्ची स्वतःहून हलत नाही. तुम्ही तिला सरकवता. हेच तुमच्या शरीरालाही लागू आहे. तुम्ही बरे झाल्यानंतर जे काही कराल, ते तुम्ही मनात करत राहा; या आंतरिक हालचालीच्याच प्रतिमेनुसार तुमचं शरीर घडवलं जाईल.

उत्तम आरोग्यासाठी एक सुंदर प्रार्थना पुढे दिली आहे. दक्षिण आफ्रिकेतल्या माझ्या परिचयाच्या एका व्याख्यात्यानं ही प्रार्थना वापरून स्वतःला बरं केलं. तो मनानं आणि शरीरानं पूर्णपणे तणावमुक्त होऊन दिवसातून अनेकदा स्वतःशी शांतपणे आणि धिमेपणानं बोलत असे -

ईश्वराची अचूकता माझ्यावाटे प्रकटत आहे. आरोग्याची कल्पना माझ्या अंतर्मनाला व्यापून टाकत आहे. ईश्वरानं बनवलेली माझी प्रतिमा सुदृढ शरीराची आहे. ईश्वराच्या मनात असलेल्या या सुदृढ प्रतिमेबरहुकूम माझं अंतर्मन माझ्या शरीराला घडवतंय. अंतर्मनाला उत्तम आरोग्याची कल्पना समजावून देण्याचा हा साधा, सोपा मार्ग आहे.

तुम्हांला यश मिळण्याखेरीज राहूच शकत नाही, हे समजून, उमजून घेतल्यानं तुमचा आत्मविश्वास बळावतो. सर्व अडथळे पार करवून देणारी ही आत्मिक शक्ती तुमच्या हाकेला ओ देऊन धावत

येईल याची खातरी बाळगा. तुम्हांला जे साध्य करायचं आहे, ते तुम्ही खचितच साध्य करू शकता याविषयी खातरी बाळगा. हा सकारात्मक दृष्टिकोण म्हणजेच आत्मविश्वास.

बायबलमध्ये म्हटलेलं आहे – तुमची जशी श्रद्धा असेल, तसंच घडेल. ईश्वरावर श्रद्धा असणं म्हणजे सर्वव्यापी, सर्वज्ञानी, सर्वशक्तिमान, प्रेममय, प्रकाशमय, सौंदर्यमय, जीवनमय आणि संकटाच्या घडीत मदतीला धावून येणारी अशी एकमेव आत्मिक शक्ती असल्याची जाणीव असणं. ईश्वरी शक्ती तुमच्या विचारांना प्रतिसाद देते हे जाणून घ्या.

ईश्वर हा आसमंतात राहणारा कुणी दाढीवाला आहे अशी कल्पना सोडून द्या. ईश्वर हे मनुष्यातलं तत्त्व आहे. ईश्वर हे मनुष्याचं जीवन आहे. आपल्याला ईश्वर समजू शकत नाही, कारण आपलं सीमित मन हे असीम बाबीला समजू शकत नाही.

उदाहरणार्थ, तुमचं बाह्यमन आणि अंतर्मन या ईश्वरी प्रतिमा आहेत; ती साधनं आहेत. ईश्वर म्हणजे निरपेक्ष सुख, चिरंतन सौहार्द आणि अवर्णनीय सौंदर्य. ईश्वर म्हणजे अमर्याद बुद्धिमत्ता, असीम प्रेम आणि अनंत ज्ञान. ही आणि अशी ईश्वराची गुणवैशिष्ट्यं असतात.

जीवनसागरात तुम्हांला निर्मिकानं वाऱ्यावर सोडून दिलेलं नाही. त्याचं अस्तित्व आणि सामर्थ्य तुमच्या आत आहे. तुमच्यातल्या या ईश्वरी तत्त्वाचं ज्ञान किंवा जाणीव होणं हा यशासाठी सर्वांत महत्त्वाचा घटक आहे.

तुमची गुणवत्ता विकसित करा; त्या गुणांचा उपयोग करून घ्या; ते ईश्वरदत्त आहेत. तुमच्यातल्या क्षमतांना आणि शक्तींना निरंतर विकासाची गरज असते.

तुम्ही मनानं आत्ता काय आदेश देत आहात? तुमच्या आंतरिक संवादाचं, आंतरिक संभाषणाचं आणि निरुद्देश मनोवस्थेचं स्वरूप काय असतं? मनुष्याला त्यानं बोललेल्या प्रत्येक शब्दाचा हिशोब द्यावा लागणार आहे. शंका, भय, चिंता आणि काळजी हे निरुद्देश शब्द आहेत. ते तुमच्या संभाषणात असतील, तर तुम्ही मनाला काही निश्चित, सकारात्मक आदेश देत नाही आहात. कारण तुम्हांला काय साध्य करायचं आहे हे नेमकेपणानं ठसत नाही.

भय आणि चिंता संभ्रम निर्माण करतात. त्यामुळे अंतर्मनाचा गोंधळ उडतो आणि मग मनुष्याच्या कार्यातसुद्धा गोंधळाखेरीज काहीच घडत नाही. ईश्वरी शक्तीवर श्रद्धा राहू द्या. मग तुमच्या इच्छा या-ना-त्या मार्गानं फलद्रूप होतील. ईश्वरावर, दैवी शक्तीवर, ईश्वरी प्रेमावर आणि तुमची काळजी वाहणाऱ्या सर्वव्यापी ईश्वरी अस्तित्वावर श्रद्धा ठेवा. मग तुम्ही अजेय बनाल. ईश्वरावर श्रद्धा ठेवून चांगली कर्मं करा; मग तुम्ही जगात सुखानं राहाल आणि तुमचं पोट भरलेलं राहील.

लेखकाविषयी

जोसेफ मर्फींचा जन्म २० मे १८९८ला आयर्लंडमधल्या काउंटी ऑफ कॉर्क या लहानशा गावात झाला. त्यांचे वडील डेनिस मर्फी हे एक धर्मगुरू आणि आयरिश राष्ट्रीय विद्यालय या जेसुइट शाळेचे प्राध्यापक होते. त्यांची आई एलन पूर्वाश्रमीच्या कॉनेली या एक गृहिणी होत्या. जोसेफच्या पाठीवर त्यांना जॉन नावाचा एक मुलगा आणि कॅथरीन नावाची मुलगीसुद्धा झाली.

कर्मठ कॅथलिक घरात जोसेफ वाढले. त्यांचे वडील बरेच धार्मिक होते. किंबहुना जेसुइट शाळांमधून शिकवणाऱ्या मोजक्या प्राध्यापकांपैकी ते एक होते. त्यांना विविध विषयांत चांगली गती होती आणि शिकण्याची गोडी त्यांनीच आपल्या मुलाला लावली.

तत्कालीन आयर्लंडमध्ये आर्थिक महामंदी चालू होती आणि कित्येक परिवारांची उपासमार होत होती. डेनिस मर्फींची नोकरी जरी चालू असली, तरी त्यांचे उत्पन्न आपला परिवार चालवण्यासाठी जेमतेमच पुरं पडत असे.

बाल जोसेफ राष्ट्रीय विद्यालयात दाखल झाले आणि ते एक हुशार विद्यार्थी ठरले. धर्मगुरू बनण्याचं शिक्षण घेण्यासाठी त्यांना प्रोत्साहित केलं गेलं आणि जेसुइट शाळेत त्यांना प्रवेश मिळाला.

तथापि कुमारावस्थेत असताना, त्यांना जेसुइट लोकांच्या कॅथलिक कर्मठपणाविषयी प्रश्न पडायला लागले आणि त्यांनी जेसुइट शिक्षणातून नाव काढून घेतले.

त्यांचा उद्देश नव्या कल्पनांना जाणण्याचा आणि नवे अनुभव घेण्याचा होता; पण कॅथलिकबहुल आयर्लंडमध्ये हे दुरापास्त असल्यानं आपला परिवार सोडून ते अमेरिकेला गेले.

एलीस बेटाच्या इमिग्रेशन सेंटरमध्ये ते पोहोचले, तेव्हा त्यांच्या खिशात फक्त पाच डॉलर्स होते. राहण्यासाठी जागा शोधणं हे त्यांचं पहिलं काम होतं. सुदैवानं त्यांना एक खोली मिळाली. त्या खोलीचा दुसरा भागीदार हा औषधांच्या स्थानिक दुकानात काम करणारा एक औषधविक्रेता होता.

जोसेफचं इंग्रजीचं ज्ञान मर्यादित होतं, कारण त्यांच्या घरी आणि शाळेत गॅलिक भाषा बोलली जात असे; म्हणून मग बहुसंख्य आयरिश लोकांप्रमाणे जोसेफनं मजुरी करायला सुरुवात केली. त्यातून राहण्याखाण्याचा खर्च भागत असे.

ते आणि त्यांच्या खोलीचा भागीदार दोघं चांगले मित्र बनले. त्यांचा मित्र काम करत असलेल्या औषधी दुकानात एक जागा निघाल्यावर त्यांना औषधविक्रेत्याचा सहायक म्हणून कामावर घेतलं गेलं. त्यांनी लगोलग औषधीशास्त्र शिकण्यासाठी एका शाळेत नाव नोंदवलं. कुशाग्र बुद्धीमुळे आणि ज्ञानपिपासेमुळे लवकरच त्यांनी गुणवत्ता चाचणी उत्तीर्ण केली आणि ते पूर्णतया औषधविक्रेते बनले. आता स्वतःपुरतं एक घर भाड्यानं घेण्याइतपत पैसे त्यांना मिळत.

काही वर्षांनी त्यांनी ते औषधी दुकान विकत घेतलं आणि पुढची काही वर्षं यशस्वी व्यवसाय चालवला.

अमेरिकेनं दुसऱ्या महायुद्धात भाग घेतला, तेव्हा जोसेफ सैन्यात भरती झाले. त्यांची नेमणूक अठ्ठ्याऐंशीव्या पायदळ विभागाच्या वैद्यकीय तुकडीत औषधं देण्यासाठी करण्यात आली.

त्या सुमारास धर्मामधली त्यांची रुची पुन्हा जागी झाली आणि ते विविध धार्मिक श्रद्धांविषयी गाढ वाचन करायला लागले. सैन्यातून बाहेर पडल्यावर औषधांच्या क्षेत्रात न परतण्याचं त्यांनी ठरवलं. ते खूप फिरले आणि अमेरिकेत आणि अमेरिकेबाहेरही त्यांनी अनेक शिक्षणक्रम पूर्ण केले.

अभ्यासातून जोसेफच्या मनात विविध आशियाई धर्मांबद्दल गोडी उत्पन्न झाली आणि ते त्यांचा सखोल अभ्यास करण्यासाठी भारतात गेले. त्यांनी सर्व मोठे धर्म त्यांच्या उगमापासून अभ्यासले. असाच अभ्यास त्यांनी प्राचीन काळापासून अर्वाचीन काळापर्यंतच्या तत्त्ववेत्त्यांचाही केला.

अत्यंत बुद्धिमान आणि दूरदर्शी अशा अनेक प्राध्यापकांकडून त्यांनी शिक्षण घेतलं असलं, तरी त्यांच्यावर सर्वाधिक प्रभाव टाकणारी एक व्यक्ती म्हणजे डॉ. थॉमस ट्रोवर्ड. ते एक न्यायाधीश, तत्त्ववेत्ते, डॉक्टर आणि प्राध्यापकही होते. न्या. ट्रोवर्ड जोसेफचे गुरू बनले. त्यांच्याकडून जोसेफ केवळ तत्त्वज्ञान, धर्मदर्शन आणि कायदाच शिकले नाहीत; तर त्यांच्यामुळे त्यांचा गूढवादाशी आणि विशेषतः मेसोनिक व्यवस्थेशी परिचय झाला. या व्यवस्थेचे ते सक्रिय सभासद बनले आणि पुढच्या काही वर्षांत ते मेसोनिक दर्जातले स्कॉटिश विधीच्या बत्तिसाव्या पातळीला पोहोचले.

अमेरिकेत परतल्यावर जोसेफ यांनी धर्मोपदेशक बनून त्यांचं विस्तृत ज्ञान लोकांना वाटण्याचा जीवनमार्ग पत्करला. ख्रिस्ती धर्माविषयी त्यांची संकल्पना पारंपरिक नव्हती; किंबहुना ती बहुसंख्य

ख्रिस्ती संस्थांच्या विरोधी होती, म्हणून त्यांनी लॉस एंजलिसमध्ये स्वतःचं चर्च स्थापन केलं. सुरुवातीला थोडेसे अनुयायी त्यांच्याकडे आकर्षित झाले, पण इतर धर्मोपदेशकांप्रमाणे पाप आणि धिक्कार यांनी भरलेल्या उपदेशांऐवजी जोसेफ आशावादी आणि सकारात्मक संदेश देत असल्यानं अनेक स्त्री-पुरुष त्यांच्या चर्चकडे लवकरच ओढले गेले.

डॉ. जोसेफ मर्फी नवविचार चळवळीचे पुरस्कर्ते होते. ही चळवळ एकोणीसाव्या शतकाच्या अखेरीस आणि विसाव्या शतकाच्या सुरुवातीला फोफावली होती. अनेक तत्त्ववेत्ते आणि सखोल विचारवंत तिचे प्रणेते राहिलेले होते. जोसेफ यांनी या गोष्टीचा अभ्यास करून ती शिकवायला, तिच्याविषयी लिखाण करायला आणि त्याप्रमाणे जीवन जगायला सुरुवात केली. आपलं जीवन आणि आपली विचारपद्धती यांच्याविषयीच्या आधिभौतिक, आध्यात्मिक विचारांना निश्चयवादाची जोड देऊन त्यांनी मनुष्याच्या खऱ्या इच्छांची पूर्ती करण्याची रहस्यं हुडकून काढली.

नवविचार चळवळीचे पुरस्कर्ते जीवनाविषयी एक नवीन संकल्पना शिकवत असत. त्यातून नवनव्या पद्धती उदयाला येत आणि अधिक चांगले परिणाम मिळत. आपलं जीवन समृद्ध करण्यासाठी आपण ही संकल्पना वापरू शकतो. ईश्वरानं कूटप्रश्नांच्या रूपानं लिहून ठेवलेला हा नियम आपल्याला सापडला आणि समजला, म्हणूनच आपल्याला हे साध्य होतं.

अर्थात, हा सकारात्मक संदेश देणारे डॉ. मर्फी हे एकमेव धर्मोपदेशक नव्हते. नवविचार चळवळीनं प्रभावित झालेल्या अनेक उपदेशकांनी आणि त्यांच्या अनुयायांनी दुसऱ्या महायुद्धानंतर कित्येक चर्च स्थापन केली होती. चर्च ऑफ रिलिजिअस सायन्स, युनिट चर्च

अशी विविध प्रार्थनास्थळं अशाच सारखं तत्त्वज्ञान शिकवत असत. डॉ. मर्फींनी त्यांच्या संस्थेचं नाव 'द चर्च ऑफ डिव्हाइन सायन्स (दैवी विज्ञानाचं चर्च)' असं ठेवलं. त्यांनी अनेकदा समविचारी सहकाऱ्यांसोबत एका व्यासपीठावर एकत्रितरीत्या कार्यक्रम केले आणि त्यांच्या संस्थेत सहभागी होऊ इच्छिणाऱ्या स्त्री-पुरुषांना मार्गदर्शन केलं.

पुढच्या काही वर्षांमध्ये इतर काही धार्मिक संस्थांनी त्यांच्यासोबत येऊन 'द फेडरेशन ऑफ डिव्हाइन सायन्स' या नावाची संस्था सुरू केली. डिव्हाइन सायन्सच्या सर्व चर्चेसची ती एक मातृसंस्था आहे. डिव्हाइन सायन्स चर्चचे प्रत्येक नेते अधिक शिक्षणाचा प्रचार करत राहतात. डॉ. मर्फी हे सेंट लुई, मिसुरी इथं डिव्हाइन सायन्स स्कूल्स उभारण्यात; नव्या व्याख्यात्यांना प्रशिक्षण देण्यात; आणि व्याख्यात्यांना आणि श्रोत्यांना शिक्षण देण्यात; अग्रेसर होते.

डिव्हाइन सायन्सच्या व्याख्यात्यांची वार्षिक बैठक कुणीही चुकवू नये अशी असते आणि डॉ. मर्फी हे त्यातले नावाजलेले वक्ते होते. अभ्यास करण्यासाठी, खास करून अधोचेतन मनाचं महत्त्व शिकत राहण्यासाठी ते सहभागी सदस्यांना उद्युक्त करत असत.

पुढच्या काही वर्षांत, मर्फींचे स्थानिक चर्च ऑफ रिलिजिअस सायन्स एवढे मोठे बनले, की त्याची इमारत अपुरी पडू लागली. म्हणून त्यांनी विल्शायर एबेल सभागृह भाड्यानं घेतलं. ते पूर्वी एक चित्रपटगृह होतं. त्यांच्या व्याख्यानांना इतकी गर्दी होत असे की, या मोठ्या सभागृहातसुद्धा जागा कमी पडत असे. रविवारच्या कार्यक्रमांना तेराशे ते पंधराशे लोक उपस्थित राहत. त्याखेरीज डॉ. मर्फींचे आणि त्यांच्या सहकाऱ्यांचे इतर प्रशिक्षण वर्गही चालत. शिवाय जवळजवळ

रोजच दिवसा आणि सायंकाळी चर्चासत्रे आणि व्याख्यानं झडत. १९७६पर्यंत हे चर्च विल्शायर एबेल सभागृहात राहिले आणि मग त्याची जागा बदलली. नवी जागा कॅलिफोर्नियाच्या लगुना टेकड्यांत, निवृत्त लोकांच्या समुदायाशेजारी होती.

त्यांची भाषणे ऐकू इच्छिणाऱ्या प्रचंड जनसमुदायापर्यंत पोहोचण्यासाठी डॉ. मर्फींनी रेडिओवर एक साप्ताहिक चर्चासत्र सुरू केले. त्यातून पुढे चालून त्यांना दहा लाखांच्या वर श्रोते मिळाले.

अनेक अनुयायांना केवळ गोषवारा नको असायचा. त्यांनी जोसेफना त्यांची भाषणे आणि रेडिओ कार्यक्रम रेकॉर्ड करण्यास सुचवले. त्यांना प्रथम यात रुची वाटली नाही, पण प्रयोग करण्यास त्यांची ना नव्हती. त्याकाळच्या सर्वमान्य पद्धतीनुसार मग त्यांचे रेडिओ कार्यक्रम ७८ आर.पी.एम. चकतीवर रेकॉर्ड होऊ लागले. त्यातील एका चकतीवरून त्यांनी सहा ध्वनीमुद्रिका बनवल्या आणि विल्शायर एबेल सभागृहाच्या दालनात माहितीच्या टेबलावर ठेवल्या. त्या पहिल्या तासातच विकल्या गेल्या. यातून नवा उद्यम जन्माला आला. बायबलच्या उताऱ्यांचा अर्थ समजावून सांगणारी, ध्यान आणि प्रार्थना शिकवणारी त्यांची व्याख्यानं ध्वनीमुद्रिकांच्या रूपानं केवळ त्यांच्या धार्मिक समुहातच नव्हे, तर इतर समुहांमध्ये, पुस्तकालयांमध्ये आणि टपालाद्वारेही विकली जाऊ लागली.

संघटना वाढत गेली, तेव्हा डॉ. मर्फींनी त्यांच्या अनेक कामांमध्ये आणि त्यांच्या पहिल्या काही पुस्तकांसाठीच्या संशोधनामध्ये मदत करण्यासाठी अनेक व्यावसायिक आणि प्रशासकीय कर्मचारी नेमले. त्यांतील सर्वांत कार्यकुशल सदस्यांपैकी एक होत्या त्यांच्या प्रशासकीय सचिव, डॉ. जीन राईट. कार्यालयीन संबंधांतून प्रेम फुललं आणि ते दोघं विवाहबद्ध झाले. दोघांचंही

जीवन खुलवणारी ही जीवनभराची भागीदारी होती.

त्याकाळी (पन्नासच्या दशकात) आध्यात्मिक साहित्याचे प्रकाशक फार थोडे होते. लॉस एंजलिस भागातील काही लहान प्रकाशक मर्फी दाम्पत्यानं निवडले. त्यांच्याकरवी त्यांनी छोट्या पुस्तकांची एक पुस्तकमाला तयार केली. ही पुस्तकं पुष्कळदा तीस ते पन्नास पानांच्या लहान पुस्तिकेच्या रूपात असत आणि दीड ते तीन डॉलर्सच्या दरानं मुख्यत्वे अनेक चर्चमध्ये विकली जात. हळूहळू या पुस्तकांची मागणी इतकी वाढली, की त्यांचं दुसरंतिसरं पुनर्मुद्रण व्हायला लागलं; तेव्हा मोठ्या प्रकाशकांना अशा पुस्तकांसाठी असलेली बाजारपेठ दिसायला लागली आणि मग तेही अशी पुस्तकं विक्रीसाठी ठेवायला लागले.

पुस्तकं, ध्वनिमुद्रिका तसेच रेडिओ कार्यक्रम यांमुळे डॉ. मर्फींचं नाव लॉस एंजलिस क्षेत्राच्या बाहेरही पोहोचले. त्यांनी त्यांची व्याख्यानं केवळ धार्मिक बाबींपुरती संकुचित ठेवली नाहीत, तर ते जीवनाचे ऐतिहासिक महत्त्व, सर्वंकष जगण्याची कला तसेच पाश्चात्त्य आणि पौर्वात्त्य तत्त्ववेत्त्यांच्या शिकवणुकीवरही बोलत.

डॉ. मर्फींना गाडी चालवता येत नसल्यामुळे त्यांना व्याख्यानांसाठी आणि त्यांच्या व्यग्र कार्यक्रमपत्रिकेतल्या इतर व्यापांसाठी कुठं जायचं असलं की त्यांना तिथं घेऊन जाण्यासाठी कुणाची तरी व्यवस्था करावी लागत असे. अगोदर प्रशासकीय सचिव म्हणून आणि नंतर पत्नी म्हणून जीन ही व्यवस्था पाहत. त्याचबरोबर त्यांच्या कामांच्या नियोजनाची आणि ट्रेनची किंवा विमानांची तिकिटं, विमानतळावरून ये-जा करण्याची, हॉटेलमध्ये राहण्याची आणि प्रवासातल्या इतर बाबींचीही व्यवस्था त्या पाहत.

मर्फी दम्पती कामाच्या निमित्तानं जगभरातल्या अनेक देशांना वारंवार भेटी देत. या प्रवासादरम्यान मिळालेल्या सुट्टीतही ते प्रवासी जहाजावर चर्चासत्र आयोजित करत असत. या सहली एक आठवडाभर किंवा अधिक काळ चालायच्या.

तुरुंगातल्या लोकांशी संवाद साधणं हे डॉ. मर्फींचं सर्वांत आवडतं काम होतं. अनेक कैदी पुढे कित्येक वर्षं त्यांना पत्रं लिहीत आणि डॉ. मर्फींच्या शब्दांमुळे त्या लोकांचं आयुष्य कसं बदलून गेलं, आध्यात्मिक आणि अर्थपूर्ण जीवन जगण्यासाठी ते कसे प्रवृत्त झाले, हे सांगत.

त्यांनी अमेरिकेचा तसंच युरोपातल्या आणि आशियातल्या अनेक देशांचा दौरा केला. अंतर्मनाची शक्ती आणि अद्वैत यांचं महत्त्व ते त्यांच्या व्याख्यानांमधून विशद करत.

डॉ. मर्फींच्या पुस्तिका इतक्या लोकप्रिय झाल्या की, त्यांनी त्यांचा विस्तार करून मोठी पुस्तकं लिहायला सुरुवात केली. त्यांच्या लेखनशैलीविषयी आणि लिहिण्याच्या पद्धतीविषयी त्यांच्या पत्नीनं आम्हांला माहिती दिली. त्यांनी सांगितलं की, ते त्यांची हस्तलिखितं छोट्या मेजावर लिहीत आणि लिहिताना पेनावर किंवा पेन्सिलीवर इतका दाब देत की, पुढच्या पानावर उमटलेली छाप पाहून ते लिखाण वाचता येत असे. ते भारावल्यासारखे लिहीत. त्यांची लिखाणाची पद्धत अशी होती की, ते कसल्याही व्यत्ययाविना त्यांच्या कार्यालयात चार ते सहा तास सलग लिहीत असत आणि मग दिवसभरापुरतं काम संपल्याचं सांगत. हा रोजचा क्रम होता. लिखाण पूर्ण करण्यासाठी ते थेट दुसऱ्या दिवशी सकाळीच कार्यालयात परतत, त्याअगोदर नाही. काम चालू असताना ते खातपीत नसत. ते एकांतात, विचारांत गढलेले राहत आणि अधूनमधून त्यांच्या प्रचंड

संग्रहातली पुस्तकं संदर्भासाठी चाळत असत. त्यांच्या पत्नी अनाहूत पाहुण्यांना आणि कॉल्सना त्यांच्यापासून दूर ठेवत असत आणि चर्चची आणि इतर कामंही त्याच हाताळत असत.

निरनिराळे विषय आणि त्यांचा मनुष्यावरचा परिणाम सोप्या पद्धतीनं विशद करून सांगण्याचे विविध मार्ग डॉ. मर्फी कायम शोधत असत. तंत्रज्ञानाच्या विकासाबरोबर ध्वनीमुद्रणाच्या नव्या पद्धती प्रचलित झाल्या, तेव्हा त्यांनी त्यांची काही व्याख्यानं ध्वनिमुद्रिकांच्या, रेकॉर्ड्सच्या अथवा सीडीच्या स्वरूपात सादर करण्याचं ठरवलं.

सीडीच्या आणि मुद्रिकांच्या स्वरूपातलं त्यांचं संपूर्ण कार्य म्हणजे मनुष्याला जीवनात येणाऱ्या बहुसंख्य समस्या सोडवण्याची साधनं आहेत. हे उद्दिष्ट किती चांगल्या प्रकारे पूर्ण होतं हे अनेकदा सिद्ध झालं आहे. त्यांची मूलभूत संकल्पना अशी आहे की, आपल्या समस्यांचं उत्तर हे आपल्या आतच दडलेलं असतं. बाह्यघटकांमुळे आपले विचार बदलू शकत नाहीत; म्हणजेच तुमचं मन हे तुमचं स्वतःचं आहे. अधिक चांगलं जीवन जगण्यासाठी बाह्य परिस्थिती बदलण्याची नव्हे, तर तुम्हांला तुमचं मन बदलण्याची आवश्यकता आहे. तुम्हीच तुमची नियती घडवता. परिवर्तनाची शक्ती तुमच्या मनात आहे. विकास करण्यासाठी अंतर्मनाचं सामर्थ्य वापरून तुम्ही परिवर्तन घडवून आणू शकता.

डॉ. मर्फींनी तीसहून अधिक पुस्तकं लिहिली. त्यांचं सर्वाधिक प्रख्यात पुस्तक, 'द पॉवर ऑफ युअर सबकॉन्शस माइंड' १९६३मध्ये प्रकाशित झालं आणि त्यानं विक्रीचे उच्चांक तत्काळ गाठले. सर्वकालीन सर्वोत्तम अशा 'स्वमदत' (सेल्फ हेल्प) प्रकारांतल्या पुस्तकांमध्ये ते गणलं जातं. त्याच्या लक्षावधी प्रती विकल्या गेल्या आहेत आणि अजूनही विकल्या जात आहेत.

डॉ. मर्फींची इतर काही प्रख्यात पुस्तकं अशी – टेलिफिजिक्स – द मॅजिक पॉवर ऑफ परफेक्ट लिव्हिंग, द अमेझिंग लॉज ऑफ कॉस्मिक माइंड, सीक्रेट्स ऑफ द आय–चिंग, द मिरॅकल ऑफ माइंड डायनॅमिक्स, युअर इन्फायनाइट पॉवर टू बी रिच, द कॉस्मिक पॉवर विदीन यू.

डॉ. मर्फी डिसेंबर १९८१ मध्ये निवर्तले. त्यांच्या पश्चात त्यांच्या पत्नीनं डॉ. जीन मर्फींनी त्यांची संस्था पुढे चालवली. १९८६ मध्ये एका व्याख्यानात आपल्या स्वर्गवासी पतीची काही वाक्यं उद्धृत करताना त्यांनी डॉ. मर्फींचं तत्त्वज्ञान पुन्हा प्रतिपादलं –

> मला स्त्री–पुरुषांना त्यांच्या दैवी उद्‌गमाविषयी आणि त्यांच्या आंतरिक शक्तींविषयी शिकवायचं आहे. ही शक्ती त्यांच्या आत आहे आणि ते स्वतःच स्वतःचे रक्षक आहेत, स्वतःचे उद्धारकर्ते आहेत, हे सांगायचं आहे. बायबलचा हाच संदेश आहे आणि आज जगातला नव्वद टक्के गोंधळ हा बायबलमधली परिवर्तनकारी सत्यं दुर्लक्षित करून त्यांचा चुकीचा, शब्दशः अर्थ लावल्यामुळेच निर्माण झालेला आहे.
>
> मला बहुसंख्यांपर्यंत म्हणजे सामान्य माणसापर्यंत तसंच कर्तव्यानं पिचलेल्या, मात्र अंगभूत गुण आणि क्षमता दडपून टाकाव्या लागलेल्या स्त्रीपर्यंत पोहोचायचं आहे. आपल्या आतली आश्चर्यं शिकून घेण्याच्या प्रत्येक पायरीवर वा पातळीवर मला इतरांना मदत करायची आहे.

त्या आपल्या पतीविषयी म्हणाल्या की, ते वर्तनानं एक गूढवादी, बुद्धीनं एक विद्वान, मनानं एक यशस्वी उद्योजक आणि हृदयानं एक कवी होते. त्यांचा संदेश थोडक्यात असा मांडला जाऊ शकतो – तुमच्या जगाचे तुम्हीच राजे आहात, तुम्हीच स्वामी आहात; कारण तुम्ही ईश्वराशी एकरूप आहात.